లెనిన్‌తో
పది నెలలు

- ఆల్బర్ట్ రీస్ విలియమ్స్

లెనిన్‌తో పది నెలలు

ఆల్బర్ట్ రీస్ విలియమ్స్

అనువాదం : వుప్పల లక్ష్మణరావు

నవతెలంగాణ పబ్లిషింగ్‌హౌస్

ఎమ్‌హెచ్ భవన్, ప్లాట్ నెం. 21/1, అజామాబాద్, ఆర్‌టిసి కళ్యాణమండపం దగ్గర
హైదరాబాద్ -20, సెల్ : 9490099378

Lenin to Padi Nelalu
Author: Albert Rhys Williams

Translation   :   *Uppala Laxmana Rao*
First Published :   *1970*
Published By   :   *Pragati Prachuranalayam, Mascow*

Publication No   : 1529

First Edition   : September, 2020

ISBN   :   978-93-87858-66-4

Cover Design   :   Brahmam Bhavana Grafix, Hyderabad.

For Copies :
Nava Telangana Publishing House
M.H. Bhavan, Plot No. 21/1, Azamabad,
Near RTC Kalyana Mantapam,
Hyderabad-500 020.   Ph : 9490099378

Nava Telangana Publishing House Branches :
Hyderabad (Chikkadapalli); Baghlingampalli (SVK) ; Nalgonda,
Hanmakonda, Karimnagar, Khammam, Nizamabad and Mahaboobnagar

Prajasakti Book House Branches :
Vijayawada, Guntur, Visakhapatnam, Tirupati, Ongole, Nellore,
Kakinada, Karnool, Vijayanagaram, Eluru.

Printed at
Nava Telangana Printers Pvt. Ltd., Hyderabad

Fb Page : navatelanganapublishinghouse

website : www.navatelanganabooks.com

Price : ₹ **75/-**

విషయసూచిక

ముందుమాట

అoooooo

- ooooo

లెనిన్‌తో పది నెలలు

- ఆల్బర్ట్ రీస్ విలయమ్స్

రెండేళ్ల నుంచి రష్యా ప్రధానిగా వుంటున్న వ్యక్తి గురించి ప్రపంచానికి బహు స్వల్పంగా మాత్రమే తెలుసు. లెనిన్ సహజంగా మితభాషి, మొహమాటి అవడమే ఇందుకు కారణమనీ తప్పు అంతా లెనిన్‌దనీ లండన్ "Times" ('టైమ్స్') అంటూంది. "ఎర్ర షర్టు వేసుకుని మోకాలి పొడుగు బూట్లు తొడుక్కున్న ఓడదొంగల నాయకుడిలా లెనిన్ మూమూలు ఇంగ్లీషు వాడికి అవుపడుతున్నాడూ అంటే ఆ తప్పుకు ప్రధానంగా లెనిన్ బాధ్యుడు."

ఎంతమాత్రమూ కాదు. తప్పు అంతా లెనిన్‌ది కాదు. ఇందులో విశేష భాగం దిగ్బంధనకీ, బ్రిటిష్ వారి సెన్సార్ షిప్‌కీ చెందుతుంది. ఇవి రెండూ రష్యాని కడమ ప్రపంచం నుండి పూర్తిగా విడగొట్టేశాయి. ఆ సెన్సర్ షిప్పుని ఎస్సొషియేటెడ్ ప్రెస్ సంస్థ సహితం ఛేదించుకుని బయటపడలేకపోయింది. విప్లవం పట్ల మొగ్గు చూపిందనే నేరాన్ని ఎస్సొషియేటెడ్ ప్రెస్ మీద ఎన్నడూ ఎవ్వరూ మోపలేదు, కాని అది పంపించిన చప్ప చప్పని తంతి వార్తల్లో చాలా శాతం అమెరికన్ ప్రజలకి ప్రమాదకరమని బ్రిటిష్ వారు భావించారు. సోవియట్ ప్రభుత్వాన్నీ లేక ఆ ప్రభుత్వపు ప్రధానమంత్రినీ సానుకూలంగా చిత్రించే ఏ వాస్తవ విషయమైనా సరే ప్రమాదకరమే అని బ్రిటిష్ వారు అభిప్రాయపడ్డారు.

ఫలితంగా లెనిన్ గురించి వాస్తవ విషయాలు బదులు పారిస్, లండన్, స్టాక్ హోమ్, కోపెన్‌హేగన్‌లో "ప్రత్యేక విలేకరులు" పంపిన అద్భుత గాథలూ, అభూత కల్పనలూ ప్రజలకి అందాయి.

లెనిన్ సైబీరియాలో ఒక ఆర్మర్డ్ ట్రైన్‌లో ప్రయాణం చేస్తూ, అందులో నుండి దుమికేసి శత్రువుల చేతిలో పడకుండా తలవెంట్రుక వాసిలో తప్పించేసుకున్నాడనీ ఒక ఉదయమే అందిన తంతివార్త కథనం చెప్పగా, భయంకరుడైన ట్రాట్స్కి లెనిన్ని ఖైదులో తొక్కేసి కాళ్లకీ చేతులకీ సంకెళ్లు వేసేశాడనీ, మాస్కో జైలు ఇనుపగజాల వెనుక లెనిన్ వుండగా అందరూ చూశారనీ మధ్యాహ్నం అందిన తంతి వార్త తెలియజేసింది. వీటికంటే తనేమి తక్కువ తిన్నానని చెప్పి మూడవ తంతివార్త : ఒక స్పెయిన్ దేశపు స్టీమరు గాంగ్వే మీద నుండి, తోలుసంచి చంకబెట్టుకుని లెనిన్ చెక్కు చెదరకుండా బార్సిలోనా రేవులో దిగాడని కబురు అందజేసింది. విలేకరులలో ప్రతి ఒక్కరూ భేషైన కల్పనా కౌశలం ప్రదర్శించారు. కాని మొత్తంగా మాత్రం వారిలో సమిష్టి కృషి లోపించింది. లెనిన్‌కి అద్భుత గుణాలున్నాయని నిరూపించడంలో వీరు అతి మిక్కిలికి దిగిపోయారు. సైబీరియా నుండి మాస్కోకి రెక్కలు కట్టుకు రావడమూ, అక్కడ నుండి కొద్ది గంటల్లోనే స్పెయిన్ చేరుకోవడమూ మనుష్య మాత్రుడుకి అతీతమైన కార్యం. లెనిన్ని అగౌరవపరచినవారు అతనికి సర్వవ్యాపకత్వం ఆపాదించారు.

భగవంతుని మరొక గుణాన్ని, సర్వశక్తిత్వాన్ని, ఇతనికి వీరు ఇంతకుముందే ఆపాదించారు. ఏమంటే, లెనిన్ తన మిత్రబృందం ద్వారా సోవియట్లను ఆర్గనైజ్ చేశాడని, వీటి సహాయంతో కోటీ యాభై లక్షల సైనికుల చెవుల్లో విషం నూరిపోసి వారి మనస్సులు చెడిపేసి సైన్యాన్ని విచ్ఛిన్నం చేశాడనీ, ఈ విధంగా సైన్నాన్ని విచ్ఛిన్నం చేసిన తరువాత, ఏ పట్టెడుమందో వున్న ఇతడి ముఠా మనుషులు తాత్కాలిక ప్రభుత్వాన్ని* కూలదోసివేశారనీ, 18 కోట్ల జనాభా గల జాతిని మాయ మంత్రంచేసి మభ్యపెట్టి, దానిని తీసుకువెళ్ళి బ్రెస్ట్, లితోవ్స్క్ సంధిపత్రం పైన దానిచే సంతకం చేయించారనీ వీరు అన్నారు. ఇంతటి శక్తి మనుష్యమాత్రునిది కాదు – ఇది అతీతమానవుని శక్తి.

---

* రష్యాలో తాత్కాలిక ప్రభుత్వం 1917 మార్చి 2 నుండి అక్టోబరు 25 వరకూ నిలబడింది. అది అభివృద్ధి నిరోధక సామ్రాజ్యవాద పాలసీని అవలంబించింది. పెట్రోగ్రాడ్‌లో లేచినట్టి విజయవంతమైన సాయుధ తిరుగుబాటుచే ఇది కూలదోయబడింది.

ఇతనికి సర్వజ్ఞత్వం కూడా వున్నట్టే వుంది. ప్రింకిపో సమావేశానికి* "వెళ్లకూడదని ప్రాధేయపడుతూ ఏడ్చిన ఒక గ్రూపు దీనాలాపనలో దీని గురించి కేవలం ఒక సూచనే కాదు, అంతకంటే అధికమే వుంది : "మనం లెనిన్ని కలుసుకోకూడదు. ఈ బోల్షివిక్‌లు గడుసు వెధవలు, రాజకీయాల్లోనూ ఆర్థికాలలోనూ వున్నది సర్వమూ వాళ్ళకి తెలుసు. వాళ్లతో మాట్లాడి గెలవలేం. వాళ్లు మనని బోల్తా కొట్టిస్తారు."

సర్వజ్ఞతయే కాదు కదా, చిట్టచివరికి అమరత్వం కూడా అతని సొమ్మయింది. అతని మీద డజన్ల సార్లు తుపాకి పేల్చారు. అయినా అతడు బతికే వున్నాడు. భవిష్యత్‌లో లెనిన్‌కు భక్తులు అతడు భగవంతుడని నిరూపించేందుకు ప్రయత్నించే పక్షంలో, వారికి గత రెండేళ్ళ** పత్రికలలోనూ బోలెడంత విషయ సామగ్రి దొరుకుతుంది.

సిస్సన్ పత్రాలు*** అని పేరు మోసినట్టి అధికారి అవివేక ప్రౌఢకావ్యాలను మన ప్రభుత్వం ప్రకటించడంతో లెనిన్ చుట్టూ ఆవరించిన పొగమంచు మరింత దట్టం

---

* 1919లో బ్రిటిష్ నాయకులూ, అమెరికన్ నాయకులూ ఎవరి మటుకు వారు తమ తమ సొంత ప్రయోజనాలను పెంపొందించుకుందుకని, సోవియట్ ప్రభుత్వం యొక్క వెనుకటి రష్యన్ సామ్రాజ్య భూభాగంపై వున్న సోవియట్ ప్రభుత్వం యొక్క, అన్ని వైట్ గార్డ్ ప్రభుత్వాల యొక్క ప్రతినిధుల కాన్ఫరెన్స్ ఒకటి మార్మరా సముద్రంలోని ప్రిన్సెస్‌ల దీవులలో జరుపుతామని ప్రతిపాదించారు. సోవియట్ ప్రభుత్వం ముందుగానే తన స్థానాన్ని తెలియపరచి, కాన్ఫరెన్స్‌లో పాల్గొనడానికి ఒప్పుకొంది. సామ్రాజ్యవాద ప్రభుత్వాల, వైట్‌గార్డ్‌ల తప్పిదం వల్ల కాన్ఫరెన్స్ జరగలేదు.

** 1917, 1918 సంవత్సరాల పత్రికలలో అన్నమాట.

*** అమెరికా సంయుక్త రాష్ట్రాల కమిటీ ఆఫ్ పబ్లిక్ ఇన్ఫర్మేషన్ యొక్క వైదేశిక శాఖకు డిప్యూటీ కార్యదర్శి అయిన ఎడ్గర్ సిస్సన్ ప్రచురించిన సోవియట్ వ్యతిరేక కూటలేఖ్య పత్రాలు. ఇతడు అక్టోబరు విప్లవం జరిగిన తరువాత పెట్రోగ్రాద్ వచ్చి, సోవియట్ ప్రభుత్వానికి వ్యతిరేకంగా సాగిన ప్రచారంలోనూ గూఢచారి కార్యకలాపాల్లోనూ పాల్గొన్నాడు. పబ్లిక్ ఇన్ఫర్మేషన్ కమిటీ యొక్క రష్యన్ శాఖకు అధిపతిగా పనిచేశారు. (చూ. 219వ పుటలోని వివరణ)

చేసేందుకు ఇతోధికంగా సహాయపడింది. యుంకర్*వ్యవస్థకు ప్రపంచంలోకెల్లా అత్యంత శక్తిమంతుడైన శత్రువు సామ్రాజ్యవాదంపై తన యుద్ధోగ్రతను రవ్వంతైనా ఎన్నడూ సడలించని ఏకైక వ్యక్తి, వాస్తవానికి యుంకర్ వ్యవస్థకూ, సామ్రాజ్యవాదానికి ప్రోత్సాహకుడూ, కైజర్ యొక్క సొంత కిరాయి ఏజెంటూ అని రుజువుపరచేందుకు ప్రయత్నించడం పిచ్చి ప్రయత్నమే అయింది.

ఇక దీని వెనువెంట, బూర్జువావర్గపు రక్తం తాగడానికి తహతహ పడుతూ మానవ బాధలకు మనసు కరగని క్రూర రాక్షసునిలా లెనిన్ని దూషణ పాల్జేసేందుకుగాను అతని గురించి రకరకాల కథలు బయల్దేరాయి. ఈ కథలు దూస్తూ వచ్చి ఆ కళేబరం మీద విరుచుకుపడి, దాన్ని కోసేసి, ఆవిర్లు వెడలుతూన్న ఆ మాంసపు ముక్కల్ని ఎగరేసుకుపోతూన్నట్టి చిక్కిశల్యాలైపోయిన మనుషుల్లా రష్యన్లనూ, ఇక అటు – క్రెమ్లిన్‌లో తన చైనీయ కిరాయి 'సైనికులు తనను పరివేష్టించి వుండగా, ప్రాగ్దేశపు వైభవంతో తులతూగుతూ, తాను ఆరగించే పండ్లూ ఫలాల కోసమే దినానికి 2,000 రూబుళ్లు వెచ్చించుతూ జీవితం గడుపుతున్న మంగోలియా మహాచక్రవర్తిలా లెనిన్ని చిత్రించాయి.

దిగ్బంధనపు వడపోతలో నుండి కాలక్రమేణ కొంత సత్యం బయటపడడం మొదలు కాగా, ఈ కథలు నమ్మశక్యంగాని అద్భుతాలని ఎంతటి వెర్రిబాగులవాడికైనా సరే తెలిసి పోయేసరికి, ఇక వాటికి గప్‌చుప్‌గా స్వస్తి చెప్పక తప్పింది కాదు.

నా విషయం చెబుతాను : అమెరికా నుండి సోషలిస్టుగా వచ్చిన నేను లెనిన్ని దర్శించాను, అతనితో కలిసి రైల్లో ప్రయాణం చేశాను. అతను నేనూ ఒక వేదిక నుండి ఉపన్యసించాం, మాస్కోలో అతనితో కలిసి నేషనల్ హోటల్లో రెండు నెలలు వున్నాను. విప్లవదినాలలో అతనితో నాకుండిన సంబంధ పరంపరను ఈ రచనలో వివరిస్తాను.

---

* యుంకర్ : జర్మన్ భాషలో భూస్వామ్య ప్రభువు. – అను.

1. లెనిన్ యువక శిష్యులు

నేను లెనిన్‌ని తొలిసారి మానవ రూపంలో గాక, ఐదుగురు యువ రష్యన్ కార్మికుల మనసుల్లోనూ, భావాల్లోనూ దర్శించాను, 1917 వేసవిలో పెట్రోగ్రాడ్‌లోకి తిరిగి ప్రవహించుతున్న ప్రవాసుల ఉప్పెనలో వీరు ఒక భాగం.

వీరి శక్తియుక్తులూ, తెలివితేటలూ, ఇంగ్లీషు భాషలో ప్రవేశమూ అమెరికన్‌లమైన మమ్మల్ని ఆకర్షించాయి. తాము బోల్షివిక్కులమని కొద్ది రోజుల తరువాత వీరు మాతో చెప్పారు. "వీళ్లు బోల్షివికుల్లా అవుపడ్డం లేదు!" అన్నాడు ఒక అమెరికన్. వారు బోల్షివిక్‌లని కొంతకాలం వరకూ అతగాడు నమ్మలేదు కూడా. పెద్ద గుబురు గెడ్డాలుండి, అజ్ఞానంలో మునిగి, బద్ధకం బలిసిపోయిన రౌడీల్లా బోల్షివిక్‌లను చిత్రించిన బొమ్మను అతగాడు పత్రికలో చూశాడు. మరి వీళ్లేమో చక్కగా క్షౌరం చేసుకుని, గౌరవమర్యాదలు పాటించుతూ, హాస్యరసంతో చక్కని సరసతతో సంభాషిస్తూ, కలసిమెలసి కలివిడిగా చురుకుగా వున్నారాయె. బాధ్యతలు తీసుకోవడమంటే వీరేమీ భయపడటం లేదు. చావు అంటే జంకడం లేదు. ఇక రష్యాలో అన్నిటికంటె అద్భుతం – పని అంటే వీరు వెనుతీయడంలేదు. మరి – వీరు బోల్షివిక్‌లు.

మేధలో అయితేనేమి స్వభావంలో అయితేనేమి బోల్షివిక్‌లందరికే కాకుండా, యూరప్‌లోనూ, ప్రపంచంలోనూ ప్రజలందరికీ లెనిన్ నాయకుడని వీరు మాతో దృఢవిశ్వాసంతో చెప్పేవారు.

ఈ యువక ఉత్సాహపరులను చూసిన కొద్దీ, వీరు తమ నాయకునిగా గుర్తించిన వ్యక్తిని చూద్దామనే కోరిక మాలో మరింత అధికమైంది. అతడు దాగున్న చోటకి మమ్మల్ని తీసుకువెళ్తారా అని వీరిని అడిగేవారం.

"కొద్దికాలం ఆగండి" అని వీరు నవ్వుతూ బదులు చెప్పేవారు, "ఆ తరువాత అతన్ని చూడొచ్చు."

కెరెన్‌స్కి ప్రభుత్వం నానాటికి బలహీనపడడం కనిపెడుతూ 1917 వేసవి కడవెళ్ళా ఎంతో ఆత్రంతో గడిపాం. ఒక ఆకురాలు కాలం వచ్చింది. కేరెన్‌స్కి ప్రభుత్వం

చచ్చిందని నవంబరు 7న (పాత పంచాంగం ప్రకారం అక్టోబరు 25న) బోల్షివిక్‌లు చాటించి రష్యా సోవియట్ల రిపబ్లిక్ అనీ, దానికి లెనిన్ ప్రధాని అనీ అదే సమయంలో ప్రకటించారు.

2. లెనిన్ గురించి తొలి అభిప్రాయం

తమ విప్లవ విజయంతో ఉద్రిక్తులై కోలాహలం చేస్తూ పాటలు పాడుతున్న కార్మికులూ, సైనికులూ స్మోల్నీ భవనంలో ఇసుకవేస్తే రాలని జన సందోహం కింద క్రిక్కిరిసి వుండగా, పాత వ్యవస్థ చావునూ, కొత్త వ్యవస్థ పుట్టుకనూ “అరోరా” యుద్ధనౌక ఫిరంగులు చాటుతూ వుండగా లెనిన్ నెమ్మదిగా వేదికపై కెక్కాడు.

“ఇప్పుడు కామ్రేడ్ లెనిన్ ఉపన్యసిస్తాడు” అని సభాధ్యక్షుడు తెలియజేశారు.

అతనిని గురించి మా మనసులో మేము ఊహించి మలచుకొన్న ప్రతిమను అతడు పోలి వున్నాడో లేదో నిర్ధారణ చేసుకుందామని మేము మెడలెత్తి చూడడానికి ఎంతైనా ప్రయత్నించాం, కాని ప్రెస్ రిపోర్టర్ల టేబిలు ఎదుట కూర్చున్న మాకు అతడు మొదట్లో కనబడలేదు. మిన్నుముట్టుతూన్న కేరింతల, చప్పట్లు, ఈలలూ, నేలను కాళ్లతో తన్నుతూన్న చప్పుడులు చెలరేగుతూండగా అతడు సభావేదికపై నడచి, ముప్పై అడుగులకంటే దూరంలో లేని ఉపన్యాస వేదికను సమీపించేసరికి ఉత్సాహ ప్రదర్శనం ముమ్మరించింది. ఇకప్పుడు మాకతడు స్పష్టంగా అవుపడ్డాడు, మరి - మా గుండె జారిపోయింది.

ఆ వ్యక్తి మేము మలచుకొన్న మూర్తికి పూర్తిగా విరుద్ధంగా వున్నాడు. మనిషి బ్రహ్మాండంగానూ మనసున నాటిపోయేటంత రీవిగానూ వుండడం బదులు, పొట్టిగా లావుగా బోండంలా వున్నాడు. గెడ్డమూ జుట్టూ మోటుగా సంస్కారం లేకుండా వున్నాయి.

హర్షధ్వాన ఝంఝామారుతాన్ని తన సైగతో అతడు స్తంభింపచేసిన తరువాత, “కామ్రేడ్స్ మనమిప్పుడు శ్రామికవర్గ సోషలిస్టు రాజ్యాంగ యంత్ర నిర్మాణానికి పూనుకోవాలి” అన్నాడు. అలా అలా అని ఏ ఉద్రేకమూ లేకుండా వ్యవహార సరళిలో ఉపన్యాసం

ప్రారంభించాడు. అతని కంఠంలో వక్తృత్వ మాధుర్యంకంటే కఠిన నిరార్థ స్వరమే హెచ్చుగా ధ్వనించిందేమో. వెయిస్టు కోటు చంకల్లో బొటనవేళ్లు దోపుకొని, మడమల మీద ముందుకి వెనక్కి వూగుతూ అతడు ఉపన్యాసం కానిచ్చాడు. ధైర్యవంతులూ, యువకులూ దృఢచిత్తులైన ఈ శ్రోతల మనసుపై ఇతనికుండిన వశీకరణ శక్తిని వివరించగల్గేందుకు ఇతనిలో గోప్యంగా వున్న అయస్కాంతిక గుణాలను తెలుసుకుందామని ఒక గంట సేపు అతని ఉపన్యాసం విన్నాం. కాని ఏమీ ప్రయోజనం లేకపోయింది.

మాకు ఆశాభంగం కలిగింది. బోల్షివిక్‌లు చూపిన విసురు, తెగువలు కారణంగా వారు మా ఊహను చూరగొన్నారు : ఆ విధంగానే వారి నాయకుడు కూడా మా ఊహను చూరగొంటాడని మేమనుకున్నాం. ఈ గుణాలకు మూర్తిమంతంగా, యావదుద్యమానికీ సంక్షిప్తసారంగా, ఒకవిధమైన అతీత బోల్షివిక్‌గా ఈ పార్టీ నాయకుడు మా ఎదుట నిలబడాలని మేము కాంక్షించాం. ఇందుకు బదులు అదిగో – ఒక మెన్షివిక్‌లా, అందునా ఒక అల్పజీవిగానే అగపడుతూ నుంచున్నాడా మనిషి.

“మనిషి కాస్త నీటుగా వుండి, కాస్త హుషారుగా వుండి వుంటే ఏ చిన్న ఫ్రెంచి నగరపు బూర్జువా మేయరో, బడా షావుకారో అనుకోవచ్చు” అని గుసగుసమన్నాడు ఇంగ్లీషు పత్రికా విలేకరి జూలియస్ వెస్ట్..

“అవును, ఇంత పెద్ద కార్యానికి ఇంత చిన్న మనిషా!” అని దీర్ఘాలు తీశాడు. అతని మిత్రుడు.

బోల్షివిక్‌లు తన మీద వేసుకున్న బరువు ఎంతటి భారమైనదో మేం ఎరుగుదం. అంతటి బరువు వారు మోయగల్గుతారా? వారి నాయకుడు ఏమంత గట్టి పిండమని మొదట్లో మాకనిపించలేదు.

తొలి అభిప్రాయం గురించి ఈ మాత్రం చాలు. అయినా, ఆ తొలి ప్రతికూలపు టంచనాతోనే నేను బయల్దేరినప్పటికీ ఆరునెలల తరువాత, యూరప్ అంతటిలోనూ ప్రథమ వ్యక్తీ, రాజనీతి దురంధరుడూ లెనినే అని నమ్మిన వాస్కోవ్, నైబుట్, పీటర్స్, వాలొదార్‌స్కి, యూనిషెన్‌గార్ల శిబిరంలోనే చేరాను నేనూను.

3. ఉక్కు క్రమశిక్షణకు బాటలు

నవంబరు 9న, ఆ రోజుల్లో కోస్సాక్‌లతోనూ విప్లవ ప్రతీఘాతకులతోనూ యుద్ధం చేసేందుకని అన్ని రోడ్ల వెంటా ప్రవాహంలా సాగిపోతూన్న రెడ్‌గార్డ్* లతో కలిసి వెళ్లేందుకు నాకు అనుమతి పత్రం కావలసి వచ్చింది. అందుకని నేను దరఖాస్తు చేస్తూ, హిల్‌క్విట్** హ్యూస్‌మన్స్*** సంతకాలతో వున్న నా విశ్వాసపత్రాలను సమర్పించాను. నా విశ్వాసపత్రాలు రెంటికి రెండూ అమోఘమైనవనే అనుకున్నాను. కాని లెనిన్ మాత్రం అలా అనుకోలేదు. అవి అచ్చంగా యూనియన్ లీగ్ క్లబ్ నుండి వచ్చినట్టుగా. “వీల్లేదు” అని ఒక్క ముక్కతో తేల్చివేసి, వాటినతడు నాకు తిరిగి ఇచ్చివేశాడు.

ఈ సంఘటన స్వల్పమైనదే, కాని శ్రామికుల ఆలోచనల్లో ఈనాడు కొత్తగా తలెత్తుతున్న ఒక కఠిన ధోరణిని ఇది సూచించింది. ఇంతవరకూ ప్రజారాశులు అమిత స్నేహంతోనూ, మితిమీరిన మంచితనంతోనూ మెలగుతుండేవారు. ఇదే వారి కొంప ముంచింది. శత్రు దండయాత్ర, అభివృద్ధి నిరోధకత్వం – వీటిని ఎదర్కొనవలసిన విప్లవాన్ని తీవ్ర, కఠిన చర్యలూ మాత్రమే రక్షించగలవని అతడు ఎరుగుదును. అందుకని, తమను అభాండాలతో ఎదిరించడానికని తమ విరోధులు నానా రకాల తిట్ల కోసమూ వారి ఆయుధశాలలను గాలించుతుండగా, బోల్షివిక్‌లు తమ చర్యలను నిర్దాక్షిణ్యంగానూ జంకుగొంకులు లేకుండాను కడకంటా అమలు జరిపారు.

---

* కార్మికులతో ఏర్పడిన రెడ్‌గార్డ్ సైనిక దళాలు తొలిసారిగా 1905–1907 మొదటి రష్యన్ విప్లవంలో రంగంమీద ప్రవేశించాయి. బోల్షివిక్‌ల నాయకత్వాన వున్న ఈ దళాలు 1917 చరమంలోనూ 1918 ఆరంభంలోనూ విప్లవ ప్రతీఘాతకులతో పోరాటంలో గొప్ప సహాయం చేశాయి. 1918 ఆగస్టు చివరి రోజుల్లో రెడ్‌గార్డ్ సైనికదళాలు ఎర్రసైన్యంతో కలిపివేయబడ్డాయి.

** హిల్‌క్విట్–అమెరికా సంయుక్త రాష్ట్రాల సోషలిస్టు పార్టీ నాయకులలో ఒకడు : రెండవ ఇంటర్నేషనల్‌లో చురుకుగా పనిచేసిన మితవాది.

*** హ్యూస్‌మన్స్ – బెల్జియన్ సోషలిస్టు : రెండవ ఇంటర్నేషనల్‌లో చురుకుగా పని చేసిన వ్యక్తి

బూర్జువా వర్గపు దృష్టిలో అహంకారానికి, ఉక్కు పిడికిలికీ లెనిన్ అందెవేసిన చేయి. ఈ రోజుల్లో బూర్జువా వర్గాల వారు అతనిని ప్రధాని లెనిన్ అని పిలవకుండా, "ప్రజా కంటకుడు లెనిన్" అనీ, "డిక్టేటర్ లెనిన్" అనీ పిలిచేవారు. ఇక మితవాద సోషలిస్టులు - పాత రొమానొవ్, రెండవ నికోలస్ పోయి, ఆ స్థానంలో కొత్త జార్ నికొలాయ్ లెనిన్ వచ్చాడనీ అంటూ : "మన కొత్త జార్ నికోలస్ చిరకాలం వర్ధిల్లుగాక!" అని గేలిచేస్తూ చప్పట్లు కొట్టేవారు.

ఒక పల్లెటూరి రైతుకు సంబంధించి జరిగిన హాస్య సంఘటన ఒకదానిని వారు మహదానందంతో పట్టుకున్నారు. ఆనాటి రాత్రి స్మోల్నీ మందిరాల్లో రైతు ప్రతినిధుల సోవియట్ సమావేశమై, కొత్తగా ఏర్పడిన సోవియట్ ప్రభుత్వానికి తన అండదండలను అందజేస్తూ అభిమాన పురస్సరంగా జరిపిన సభ మహోత్సవంగా పరిణమించింది. పల్లె పట్టు తరపున మేధావి వర్గం మాట్లాడింది. ఇక పల్లెపట్టు తరుపున పల్లెపట్టే మాట్లాడాలని ఒక కోరిక సభలో వ్యక్తమైంది. అప్పుడు, రైతులు మామూలుగానే తొడుగుకునే గాగరాలాంటి పొడుగు లాల్చీ వేసుకున్న ముసలి రైతు ఒకతను వేదిక ఎక్కాడు. తెల్లని గెడ్డంతో అతని ముఖం విప్పారిన గులాబీ పువ్వులా ఎర్రగా వుంది. కళ్లు మిణుగురుల్లా మెరుస్తున్నాయి. పల్లెటూరి భాషలో మాట్లాడాడు :

"తొవారిషీ!* పతాకాలతో మేళతాళాలతో మేమిక్కడికి వస్తూంటే నాకెంత ఆనంద మనిపించిందో కదా! నేను భూమిమీద నడుస్తూ రాలేదు, గాలిలో ఎగురుతూ వచ్చానే అనుకోండి. అజ్ఞానాంధకారంలో మునిగిన ఏ మారుమూల పల్లెనుండో వచ్చిన అజ్ఞానిని నేను. మీరు మాకు వెలుగు ఇచ్చారు. కాని అదంతా మేం అర్థం చేసుకోలేకుండా వున్నాం. అందుకని వాళ్లు నన్నిక్కడకి పంపించారు. అదేమిటో తెలుసుకు రమ్మనమని. అయితేనే తోవారిషీ ఈ అద్భుతమైన మార్పుతో మేమంతా అతి సంతోషంగా వున్నాం. వెనుకటి రోజుల్లో చినోవిక్** లు మమ్మల్ని ఎన్నో కష్టాలు పెట్టేవారు, మమ్మల్ని కొట్టేవారు. కాని ఇప్పుడు వాళ్లు ఎంతో మర్యాదగా చూస్తున్నారు. మమ్మల్ని వెనుకటి రోజుల్లో రాజప్రాసాదాల ఎదుట నిలబడి వాటిని బయట నుండే చూసేవాళ్లం. ఇప్పుడేమో వాటి లోపలికి దర్జాగా నడిచి వెళ్తున్నాం. వెనుకటి రోజుల్లో జార్ గురించి కథల్లా చెప్పుకునే వారం, కాని మాతో ఏమని చెబుతున్నారంటే తోవారిషీ, నేను వెళ్ళి రేపు సాక్షాత్తూ జార్ లెనిన్‌తోనే కరచాలనం

---

* రష్యన్ భాషలో : కామ్రేడ్స్

** రష్యన్ భాషలో : ఉద్యోగస్థులు

చేయవచ్చు అంటున్నారు. దేవుడు దయవల్ల అతడు దీర్ఘాయుష్మంతుడై వర్ధిల్లాలి!" సభ అంతా గుప్పున విరగబడి నవ్వింది. ఉరుముల్లా బొబ్బరించుతూన్న ఆ నవ్వులకీ హర్షధ్వానాలకీ ఆ ముసలి రైతు కంగారుపడిపోయి కుర్చీలో కూలబడ్డాడు. కాని ఆ మర్నాడు అతణ్ణి లెనిన్ దగ్గరకు తీసుకువెళ్లి ఆయనతో పరిచయం చేయించారు. మరి కొన్నేళ్ల తరువాత బ్రెస్ట్ - లితోవ్‌స్కొలో అతడే రైతు ప్రతినిధి అయాడు.

ఆ అల్లకల్లోలపు రోజుల్లో ఉక్కు సంకల్పమూ ధైర్యమూ వుండబట్టే సరిపోయింది. అన్ని ప్రభుత్వ శాఖలలోనూ కఠిన క్రమమూ క్రమశిక్షణ ప్రత్యక్షమయాయి. కార్మికుని మనోనిబ్బరం బలపడడమూ, సోవియట్ ప్రభుత్వ యంత్రాంగంలో ఇదివరకు సడలిన భాగాలు ఇప్పుడు బిగియడమూ అందరికీ స్పష్టంగా అవుపడింది. ఇలాంటి పరిస్థితులలో సోవియట్ ఏ పనిలోకైనా - ఉదాహరణకి బ్యాంకింగ్ వ్యవస్థను చేజిక్కించుకొనేందుకు - దిగిందీ అంటే కఠినంగానూ అమోఘంగానూ దెబ్బతీస్తూ మరీ దిగింది. కార్యానికి పూనుకున్నప్పుడు ఎక్కడైతే తటాలున ఉరికి అతి త్వరగా దెబ్బకొట్టాలో లెనిన్ ఎరుగును. అంతేకాదు, ఎక్కడైతే తాపీగా వెళ్లాలో అది కూడా అతడెరుగును. కార్మికుల ప్రతినిధివర్గం ఒకటి లెనిన్ దగ్గరకువచ్చి, తమ ఫ్యాక్టరీని జాతీయం చేస్తూ ఆర్డరు జారీచేయడానికి ఆయనకి వీలుంటుందేమో అని ఆయననడిగింది.

"సరే" అన్నాడు లెనిన్, అక్కడున్న ఒక ఉత్త ఫారం ఒకటి అందుకుని. "నాకేమి కష్టం లేదు, నా వంతు పని సులభంగానే చేసేస్తాను. ఏముంది - ఈ ఫారం తీసుకుని ఈ ఖాళీలు నింపేసి ఈ జాగాలో మీ ఫ్యాక్టరీ పేరు రాసేసి, నేను సంతకం పెట్టేసి, కమిస్సార్ పేరు ఇక్కడ రాసి పూర్తిచేయడమే" అన్నాడు. కార్మికులు గొప్పగా సంతోషించి "ఇంకేం. మంచిది!" అన్నారు.

"నేనీ ఫారం సంతకం చేసే ముందు మాత్రం" అంటూ లెనిన్ తన ప్రసంగం మళ్లీ అందుకుని, "మిమ్మల్ని రెండు మూడు ప్రశ్నలు అడగాలి. మొదటిది : మీ ఫ్యాక్టరీకి కావలసిన ముడిపదార్థాలు ఎక్కడనుంచి తెచ్చుకోవడమో మీకు తెలుసా?" అని అడిగాడు. తెలియదని ఎంతో అయిష్టంతో వారు ఒప్పుకోవలసి వచ్చింది.

"జమా ఖర్చులు రాయడం మీకు తెలుసా?" అని లెనిన్ మళ్ళీ అందుకున్నాడు. "మరి ఉత్పత్తి పడిపోకుండా నిలబెట్టేందుకు ఓ పథకాన్ని తయారుచేసి వుంటారా? అని అడిగాడు. ఈ స్వల్ప విషయాల గురించి అంతగా తమకేమీ తెలియదనే అన్నారు వాళ్లు.

"మరి చిట్టచివరికి కామ్రేడ్స్" అని లెనిన్ సంభాషణ సాగించుతూ "మీరు ఉత్పత్తి చేసే సరుకు అమ్మేందుకు మార్కెట్టును చూసుకున్నారా అని నేనడగవచ్చా?" అన్నాడు.

"చూసుకోలేదండి" అని మళ్లీ జవాబు చెప్పారు.

"అయితే మరి, కామ్రేడ్స్" అన్నాడు ప్రధాని లెనిన్, "మీ ఫ్యాక్టరీని స్వాధీనం చేసుకునేందుకు మీరింకా సిద్ధంగా లేనట్టే అంటారు కదా? మీరు ఇంటికి వెళ్లిపోయి, ఈ విషయాల గురించి ఆలోచించి పథకాలు తయారుచేసుకోండి. ఇది ఏమంత సులభమైన పనికాదు. మీరెన్నో తప్పులు చేస్తారు, అయినా మీరు నేర్చుకుంటారు. అవి తయారుచేసుకుని, కొన్ని నెలలైన తరువాత మళ్ళీ రండి, మీ ఫ్యాక్టరీని జాతీయం చేయడం గురించి అప్పుడు ఆలోచించుదాం."

4. లెనిన్ స్వీయ జీవితంలో ఉక్కు క్రమశిక్షణ

సామాజిక జీవితంలో ఏ ఉక్కు క్రమశిక్షణనైతే లెనిన్ ప్రవేశపెట్టాడో, దానినే తన వ్యక్తిగత జీవితంలో కూడా పాటించాడు. * 'శ్చీ' , 'బోర్‌శ్చ్' , నల్లబ్రెడ్డు, 'కాష', టీ – ఇవీ స్మోల్ని జనం తినే తిండి. సరిగ్గా ఇదే తిండి తినేవారు – లెనినూ, అతని భార్య, అతని చెల్లెలూను, రోజుకి పన్నెండు గంటలూ, పదిహేను గంటలూ తమ పనికి విశ్రాంతి లేకుండా అలా అంటి పెట్టుకునే వుండేవారు విప్లవకారులు. క్రమేపీ రోజుకి పద్దెనిమిది గంటలూ, ఇరవై గంటలూ పనిచేయడం లెనిన్‌కి మామూలే. తన చేతితో తను స్వయంగా కొన్ని వందల ఉత్తరాలు రాశాడతడు. తన పనిలో మునిగిపోయి అతడు సర్వమూ మరచిపోయేవాడు, కొసకి తిండి గురించి కూడా మరచిపోయేవాడు. అతడు ఎవరితోనో సంభాషణలో నిమగ్నుడైవున్న సంగతి అతని భార్య కనిపెట్టి, తనకు దొరికిన ఈ అవకాశాన్ని వదిలిపెట్టకూడదని ఆమె నిశ్చయించుకుని, ఓ గ్లాసు టీ పట్టుకుని ఆమె అతని దగ్గరకు వచ్చి "ఇదిగో, కామ్రేడ్, ఇది పుచ్చుకోవడం మాత్రం మరచిపోకండి!" అనేది. టీలో తరచు పంచదార వుండేదికాదు.

---

* .... 'శ్చీ', కేబేజీ పులుసు, 'బోర్‌శ్చ్' ; బీట్ దుంపలతోనూ కేబేజీతోనూ కాచిన పులుసు; నల్లబ్రెడ్డు; రాగిపిండితో చేసిన బ్రెడ్లు: 'కాష': చోడినూకతోగాని, గట్టి గోధుమనూకతో గాని పండిన అంబలి. ఇది సామాన్య భోజనం.

అందరికీ ఏ రేషను దొరికేదో ఆ రేషనే లెనిన్ కూడా తీసుకునేవాడు. సైనికులు వార్తావహులు కిటికీలకు తెరలూ గోడలకి పటాలూ లేని బారకాసుల్లాంటి పెద్ద గదుల్లో ఇనుపమంచాల మీద పడుకునేవారు. లెనినూ అతని భార్య కూడా అంతే. పనిచేసి అలసిపోయి ఆ మోటు మంచాల మీద కూలబడేవారు, తరచు ఆ కట్టుబట్టలతోనే - ఎప్పుడు ఏ అవసరం వస్తుందో ఏమిటో, ఏ అవసరానికైనా తయారుగా వుండాలని చెప్పి, ఈ కష్టాలన్నీ లెనిన్ భరించాడు అంటే సన్యాసిలా జీవించాలనే ఉద్రేకంతో కాదు..

కమ్యూనిజం ప్రథమ సూత్రాలన్నిటినీ అతడు తన నిత్యజీవితంలో అమలు పరిచాడు. అంతకంటే మరేమీకాదు. సగటు కార్మికుని జీతం కంటే ఏ కమ్యూనిస్టు ఉద్యోగి జీతమూ హెచ్చుగా వుండకూడదనేది కమ్యూనిజం మూలసూత్రం. ఈ జీతం నెలకి 600 రూబుళ్ళకు మించి వుండకూడదని నిశ్చయమైంది. దీనిని తరువాత పెంచారు. ఈనాడూ రష్యా ప్రధానికి నెలకి 200 డాలర్ల కంటే తక్కువే ముడుతుంది.

నేషనల్ హోటల్ మొదటి అంతస్తులో లెనిన్ బసచేసి వుంటూండిన రోజుల్లో నేను ఆ హోటల్లోనే వుండేవాణ్ణి. సోవియట్ ప్రభుత్వం తీసుకున్న మొట్టమొదటి చర్య : విశేష శ్రమతో, ఎంతో డబ్బు ఖర్చుతో తయారైన మృష్టాన్న భోజనాలకు స్వస్తి చెప్పించడం, భోజనానికి వడ్డించే పదార్థాల సంఖ్య రెండింటికి తగ్గించేశారు. సూపూ, మాంసమూ లేదా అంటే సూపూ కాషా, చాఫ్ కమిస్సార్ అయేది, పాకశాలలో పనికుర్రాడయేది - అందరికీ ఇదే భోజనం, ఏమంటే, "అందరికి బ్రెడ్డేనా అప్పుడప్పుడు ప్రజకి రవంతే ముట్టేది. అయినప్పటికీ, లెనిన్‌కి ఎంత ముట్టేదో అంతే ముట్టేది ప్రజలో ప్రతి వొక్కడికీనీ, కొన్ని కొన్ని రోజుల్లో బ్రెడ్డు అసలుండేది కాదు. ఆ రోజుల్లో లెనిన్‌కీ వుండేది కాదు బ్రెడ్డు.

లెనిన్‌పై హత్యాప్రయత్నం జరిగి అతడు ప్రాణాపాయంలో వున్న రోజుల్లో, అతనికి వైద్యులు ఒక ప్రత్యేకమైన పథ్యం చెప్పారు. కాని ఆ ఆహార పదార్థం మామూలు రేషన్‌కార్డు మీద దొరకదు. ఓపెన్ మార్కెట్టులో ఏ చట్టా వ్యాపారస్థుడి షాపులోనో దొరుకుతుంది. స్నేహితులందరూ తనిని ఎంత బతిమాలినా, రేషను కార్డుమీద న్యాయంగా దొరకని ఏ వస్తువైనా, సరే ససేమిరా ముట్టననేశాడు లెనిన్.

కొన్నాళ్ల తరువాత అతడు స్వస్థత చెందుతున్న రోజుల్లో, అతడు మరికొంచెం హెచ్చు ఆహారం తీసుకుందుకు అతని భార్య, చెల్లెలూ కలిసి ఓ చిన్న ఉపాయం కనిపెట్టారు.

---

* సామ్రాజ్యవాద దేశాల మిలటరీ కూటం

తనకిచ్చే బ్రెడ్డుని అతడు ఒక సొరుగులో వుంచుకోవడం కనిపెట్టి, అతడు లేనప్పుడు గదిలోకి మెల్లగా వెళ్ళి ఒక చిన్న బ్రెడ్డు ముక్క సొరుగులో అదనంగా పడేస్తూండేవారు. అతడు పనిలో మునిగిపోయి, పరధ్యానంగా సొరుగు తీసి, అందులోనుంచి చేతికందిన బ్రెడ్డుముక్క అందుకుని, అది మామూలు రేషనుకు మించినదనే సంగతి ఎరగకుండా దానిని నోట్లో వేసుకునేవాడు.

యూరప్‌లోనూ, అమెరికాలోనూ వున్న కార్మికుల పేర రాసిన ఒక ఉత్తరంలో, "ఈనాడు రష్యన్ ప్రజారాసులపై అంటాంట్ మిలటరీ జోక్యం విధించిన ఇంతటి అధోగతి దౌర్భాగ్యాన్నీ ఆకలిపస్తుల బాధనీ వారు ఏనాడూ అనుభవించి వుండలేదు!" అని లెనిన్ రాశాడు. కాని తను ఏ ప్రజా రాసుల గురించైతే ఇలా రాశాడో ఆ ప్రజారాసులతో పాటే వారు అనుభవించుతూ వుండిన బాధలు తను కూడా అనుభవించుతూనే ఈ మాటలు అతడు రాశాడు.

ఒక మహాజాతి జీవితాన్నే పాచికగా ఒడ్డి ఆడుతూన్న జూదరి అనీ, రష్యా వ్యాధిగ్రస్త శరీరంపై తన కమ్యూనిస్టు ప్రయోగాలు నిర్లక్ష్యంతో నిర్దాక్షిణ్యంగా ప్రయోగించి చేస్తూన్న పరిశోధకుడనీ అతనిపై నేరం మోపడం జరిగింది. కాని ఈ ప్రయోగాలపై అతనికి నమ్మకం లేదనే నేరాన్ని అతనిపై మోపేందుకు వీల్లేదు. వాటినతడు రష్యా శరీరం పైనే గాక తన శరీరం పైన కూడా ప్రయోగిస్తున్నాడు.

తను చెప్పిన మందు తనే పుచ్చుకుందుకు సిద్ధంగా వున్నాడతడు. దూరాన నిలబడి కమ్యూనిస్టు సిద్ధాంతాలకు నివాళులెత్తడం ఒక సంగతి. కమ్యూనిజాన్ని ప్రవేశపెట్టడం వల్ల కలిగే లేమినీ, కష్టాలనూ లెనిన్‌లా అక్కడికక్కడే వుండి భరించడం ఇంకొక సంగతి.

అయినప్పటికీ కమ్యూనిస్టు రాజ్యాన్ని నడిపించడమనే విషయాన్ని కేవలం కారురంగులతోనే చిత్రించకూడదు. రష్యాలో కారుచీకటి దినాల్లో సహితం కళ, సంగీత నాటకమూ వర్ధిల్లాయి. ప్రేమ కూడా తన పాత్ర నిర్వర్తించింది. విప్లవ రంగంపై వున్న ప్రధాన పాత్రలను సహితం అది స్పృశించింది, బహుముఖ ప్రజ్ఞావంతురాలైన కొల్లొన్‌తాయ్ నావికుడైన దిబేన్‌కొని పెళ్ళిచేసుకున్నట్టు ఒకనాడు ఉదయం పత్రికల్లో చదివి మేమెంతో ఆశ్చర్యపడ్డాం. కొంతకాలం తరువాత నార్వే దగ్గర జర్మన్ సేనల ఎదుట రష్యన్ సైన్యాల తిరోగమనానికి ఉత్తర్వు ఇచ్చినందుకు ఇతనిపై అభిశంసన జరిగింది. ఫలితంగా ఇతనిని

ఉద్యోగం నుండీ, పార్టీ నుండీ అవమానంతో బర్తరఫు చేశారు - ఇందుకు లెనిన్ అనుమతించాడు. కొల్లాయ్‌తాయ్ సహజంగా ఆగ్రహించింది.

ఆమెతో అప్పట్లో నేను ఈ విషయం గురించి మాట్లాడుతూ, లెనినూ మానవమాత్రుడే గనుక అధికార దర్పమనే విషం అతని రక్తంలోకి ఎక్కిపోవడంతో అహం బలిసిపోయుంటుందని సూచించాను. అందుకామె : "ఇప్పుడు నాకెంత కష్టమనిపించుతున్నప్పటికీ అతడు చేసిన ఏ కార్యానికైనా సరే ఇప్పుడు వ్యక్తిగత కారణం అతనికి ఆరోపించాలని నాకెన్నటికీ తోచదు, తోచేందుకు వీల్లేదు కూడా. కామ్రేడ్ లెనిన్‌తో కలిసి పదేళ్లపాటు పనిచేసిన కామ్రేడ్లలో ఒక్కరికైనా సరే అతనిలో ఆవగింజంత స్వార్థమైనా వుందని ఏనాడూ నమ్మలేదు" అని జవాబు చెప్పింది.

5. కమ్యూనిస్టు ఆచరణ ప్రజను సోవియట్ల పక్షాన సమీకరించుతూంది

బూర్జువా పత్రికలు లెనిన్ని మానవావతారం ఎత్తిన పిశాచమని, స్వార్థపరుడైన క్రూర రాక్షసుడనీ - చిత్రించడం సహజమే. కాని ఈ అబద్ధాల తెరవెనుక నుండి నిజమైన లెనిన్ క్రమకమంగా బయటికి వచ్చాడు. లెనిన్, అతని అనుచరులూ ప్రజలతో పాటు ఏ కలో గంజో తాగుతూ, ప్రజలతో సహా కష్టాలను పంచుకుంటున్నారన్న వార్తలు ఎప్పుడైతే రష్యా అంతటా వ్యాపించాయో ప్రజారాశులను వారి చుట్టూ సమీకరించాయి.

తనకు ముట్టిన ఆ రవంత రేషనూ చూసి సణుగుడు ఆరంభించాలని అనుకుంటున్న ఉరాల్స్ గని కార్మికుడు అందరకీ సమిష్టిగా చెందిన ఆహార, వస్త్ర, గృహ వసతి నిధి నుండి ప్రతీవాడూ సరిసమానంగా తీసుకుంటున్నాడన్న విషయం జ్ఞాపకం తెచ్చుకుంటాడు. ఇక అలాంటప్పుడు - "నాకు ముట్టిన ఆ రవంత నల్ల బ్రెడ్డూ చేసి నేను సణగడమెందుకు? ఏది ఎలాగున్నా, లెనిన్‌కి ముట్టినంతా నాకూ ముట్టుతూంది కదా" అనుకుంటాడు. అన్యాయం జరిగిందనే కడుపుమంట, కడుపును దహించి వేస్తున్న ఆకలి బాధకి తోడు కావడం లేదు.

ఓల్గా నదీజలాలను ఎగురొట్టుతూ వీస్తున్న హిమశీతలపు పడిగాడ్పులకి గజగజ వణకిపోతూన్న పల్లెపట్టు స్త్రీకి జార్ చక్రవర్తి స్థానంలో వచ్చిన వ్యక్తి గురించి ఏమీ తెలియకపోవచ్చు. కాని అతని గదిలో చలి కాచుకుందుకు కుంపటి అప్పుడప్పుడు వుండదన్న సంగతి మాత్రం ఆమె కర్ణాకర్ణిగా వింటూంది. ఇక ఇప్పుడేమో ఆమె చలితో బాధపడుతూన్నప్పటికీ జీవితంలో ఒకరికి హెచ్చూ ఒకరికి తగ్గూ అనే అసమానతల వల్ల మాత్రం ఆమె బాధపడడం లేదు.

తనకు ముట్టే ఆరువందల రూబుళ్ల నెలజీతమూ తన కుటుంబ పోషణకి ఏ మూలకీ సరిపోవడం లేదని తెలుసుకుని నీజ్నీలో పనిచేస్తున్న ఇంజనీరు మహా దుగ్ధపడిపోతాడు. క్రెమ్లిన్‌లో వున్న ఆ వ్యక్తికి కూడా జీతం ముట్టుతూందన్న సంగతి అప్పుడతడికి జ్ఞాపకం వస్తుంది. ఇహ దాంతో అతడికి ఆ దుగ్ధ తీరిపోతుంది.

యుద్ధ శ్రేణికి వెనుకవున్న ప్రాంతంలో లెనిన్ వున్నప్పటికీ, అతను కూడా కాల్పుల శ్రేణిలోనే వున్నాడన్న సంగతిని శత్రు ఫిరంగుల భేరీ కాల్పులను ఎదుర్కొంటూ వున్న ఎర్ర సైనికుడు ఎరుగును. ఏమంటే రష్యాలో అన్నిటిలాగానే ప్రమాదం కూడా సమాజకృతమై పోయింది. దానినుండి ఎవ్వరికీ రక్షణ లేదు, యుద్ధ శ్రేణికి వెనుకనున్న దేశంలో పనిచేస్తున్నట్టి సోవియట్ నాయకులలో హతులైనవారి సంఖ్యా శాతం యుద్ధశ్రేణిలో మరణించిన వారు, గాయపడిన వారి సంఖ్యా శాతం కంటే హెచ్చే. ఉరీత్స్కి* వోలోదార్‌స్కీ ఇంకా దజన్ల తరబడి అనేకులు హత్య పాలయ్యారు. లెనిన్ శరీరం హంతకుని తుపాకి గుండ్లను రెండుసార్లు నిలువరించింది. అందుచేత లెనిన్ అంటే పోరాటంతో సంబంధం లేకుండా దూరంగా కూర్చున్న ఏ వ్యక్తో కాకుండా, యుద్ధభూమి ప్రమాదాలనూ, కష్టాలనూ తనతో పంచుకుంటూన్న తోటి సైనికుడే అని ఎర్రసైనికుడు భావించుకుంటాడు.

రష్యాను సందర్శించిన అమెరికన్ మిషన్ ఇచ్చిన రిపోర్టులో బుల్లిట్ ఇలా అంటాడు : ఈనాడు లెనిన్‌ని ఇంచుమించు ఒక ప్రవక్తగానే భావించుతారు. ఎక్కడ చూసినా అతని చిత్రం వుంటుంది. దీని పక్కన మామూలుగా మార్క్స్ చిత్రం కూడా వుంటుంది. లెనిన్‌ని చూడడానికని నేను క్రెమ్లిన్‌కి వెళ్ళగా, అతనిని సందర్శించడానికని వచ్చిన రైతు ప్రతినిధి వర్గం ఒకటి అతని గదిలో నుంచి బయటికి వచ్చేవరకూ కొన్ని నిమిషాలు నేను కనిపెట్టుకుని వుండాల్సి వచ్చింది.

లెనిన్‌కి సరిగ్గా తిండి దొరకడం లేదనీ, అతడు పస్తుండాల్సి వస్తుందని వీరి గ్రామంలో చెప్పుకుంటూండగా ఆ సంగతి వీరి చెవినబడింది. అది విని వీరు తమ

---

* ఉరీత్స్కి, ఎమ్.ఎస్. (1873-1918) - అక్టోబరు విప్లవంలో చురుకుగా పాల్గొన్నవారిలో ఒకడు. పెట్రోగ్రాడ్ "చెక" (అఖిల రష్యా విప్లవ ప్రతీఘాత విచ్ఛిన్న చర్యా నిరోధక అత్యవసర కమిషన్ అధ్యక్షుడుగా అభివృద్ధి నిరోధకంపై కృతనిశ్చయమైన పోరాటం సాగించాడు. 1918 ఆగస్టు 30న విప్లవ ప్రతీఘాతకులచే హత్యచేయబడ్డాడు.

పల్లెటూరి ప్రజ లెనిన్‌కి సమర్పించిన కానుకగా ఎనిమిది వందల పూడ్లు* గోధుమలు మోసుకుని కొన్ని వందల మైళ్లు కాలినడకను వచ్చారు. సరిగ్గా వీరు వచ్చేముందే, మరొక పల్లెటూరి నుండి కూడా ప్రతినిధి వర్గం ఒకటి వచ్చింది. కామ్రేడ్ లెనిన్ పనిచేసుకునే గదిలో కుంపటి లేదన్న సంగతి వీరు విన్నారట. ఒక స్టౌ పొయ్యి, మూడు నెలలకి సరిపడ కట్టెలూ వీరు మోసుకొచ్చి అతనికి సమర్పించారు. నాయకులందరిలోనూ ఒక్క లెనిన్‌కే ఇటువంటి కానుకలు ప్రజలు సమర్పించుతారు. మరి ఈ కానుకలను అతడు సమిష్టి నిధికి అందజేస్తాడు."

ఉమ్మడి కలిమిలేముల సమానానుభవం ప్రజల ఊతాన్ని సోవియట్ నాయకులను నానాటికి మరింత అధికంగా అందజేస్తూ, ప్రధాని మొదలు నిరుపేద రైతు వరకూ అందరినీ ఐక్యంచేసే సానుభూతి సమిష్టి బంధనాన్ని సృష్టించింది.

6. కమ్యూనిస్టు ఆచరణ ప్రజా నాడిని లెనిన్‌కు తెలియజెప్పుతూంది

ప్రజతో ఇంత సన్నిహితంగా జీవించడం చేత కమ్యూనిస్టు నాయకులు ప్రజా వేదన లోటుపాటును క్షుణ్ణంగా గ్రహించుకున్నారు.

ప్రజాభిప్రాయాన్నీ, మనస్తత్వాన్నీ తెలుసుకుందుకని ఏ కమిటీని వేయడానికీ లెనిన్‌కి అవసరమే లేకపోయింది. ఆకలి బాధ అనుభవించుతూన్న వ్యక్తి పస్తున్న మనిషి మనస్థితిని గురించి తర్క వితర్కాలు చేయనక్కరలేదు. అతడికి తెలియనే తెలుసును. ప్రజతో కలిసి ఆకలి పస్తులుంటూ, ప్రజతో కలిసి చలికి గడ్డకట్టుకుపోతూన్న లెనిన్, వారి ఆవేదనలతోనే తానూ ఆవేదన పడ్డాడు. వారి ఆలోచనలనే - ప్రజారాసుల ఆలోచనలనే తనూ ఆలోచించాడు. ప్రజావాణిగా వారి ఆలోచనలను మాటలలో మలచాడు.

అచ్చంగా ఈ విధంగానే - ప్రజారాశుల ఆలోచనలను మాటలలో ప్రతిబింబ చేసే ఉపకరణంగానూ, వారి ఆలోచనలను పలికే వాణిగానూ - తను పనిచేస్తున్నానని కమ్యూనిస్టు పార్టీ వాదిస్తుంది

"సోవియట్లను మేం సృష్టించలేదు. ప్రజా జీవితంలో నుండి అవి పుట్టుకొచ్చాయి. మా బుర్రల్లో మేమేదో ఆలోచించి ఏదో ఒక కార్యక్రమాన్ని కల్పించి, దానిని తీసుకెళ్ళి ప్రజ నెత్తి మీద రుద్దలేదు మేం. అందుకు విరుద్ధంగా మా కార్యక్రమాన్ని అసలు ప్రజ

---

* పూడ్ = 16.38 కిలో గ్రాములు.

నుండే మేం సరాసరి తీసుకున్నాం. 'రైతులకి భూమి!' 'కార్మికులకి ఫ్యాక్టరీలు!' 'సర్వ ప్రపంచానికి శాంతి!' - వీటిని వారే డిమాండు చేశారు. ఈ నినాదాలను మా పతాకాల మీద మేం రాసుకుని, వీటితో మేం సాగిపోతూ అధికారంలోకి వచ్చాం. ప్రజను అర్థం చేసుకోవడంలోనే వుంది మా బలం. వాస్తవానికి ప్రజను మేం అర్థం చేసుకోనక్కరలేదు. మేమే ప్రజలం." ప్రజల చీము రక్తాల్లో నుండి పుట్టి సాధారణ శ్రేణికి చెందినట్టి - పెట్రోగాడ్‌లో మేము మొదట కలుసుకున్న ఐదుగురు యువక కమ్యూనిస్టుల వంటి - నాయకుల విషయంలో ఇది నిస్సందేహంగా నిజమే.

అయితే లెనిన్ వంటి మేధావుల మాటేమిటి? వీరు ప్రజ తరుపున ఎలా మాట్లాడగల్గుతారు? ప్రజారాసుల హృదయాన్ని మనసునీ వీరు ఎలా ఆకళింపు చేసుకొనగల్గుతారు? ఇందుకు జవాబు: వీరు ఎన్నటికీ మాట్లాడలేరు, ఎన్నటికీ ఆకళింపు చేసుకొనలేరు - ఇది మాత్రం నిశ్చయం. కాని, ఇది ఎంత నిశ్చయమో, తొల్‌స్తోయి చూపినట్టు, ప్రజల పోరాటాలకి దూరంగా వున్న మనిషికంటె ప్రజల జీవితాన్నే జీవించే మనిషే ప్రజలకు సన్నిహితుడవుతాడనేది కూడా అంత నిశ్చయమే. అందుచేతనే తన ప్రత్యర్థుల కంటే లెనిన్‌కే ఒక గొప్ప అనుకూలత వుంది. ఉరాల్స్ గని కార్మికుడు, ఓల్గా తీరపు రైతు, సోవియట్ సైనికుడు - వీరి హృదయ వేదనలను పోల్చుకుందుకు అతడు ప్రయత్నించనక్కరలేదు. అవి ఏమిటో - పూర్తిగా కాకపోయినా ఇంచుమించుగా - అతడెరుగును. ఎందుచేతనంటే వారి అనుభవాలూ తన అనుభవాలూ ఒకటే. ఇందుచేత తన ప్రత్యర్థులు చీకట్లో దేవులాడుతూ తప్పటడుగులు వేస్తూ వుండగా, తనకు పరిస్థితులు కరతలామలకమవడంచేత లెనిన్ శరవేగంతో సూటిగా ముందుకు సాగిపోయాడు.

సోవియట్ ప్రభుత్వం బలం పుంజుకునేందుకు శక్తిమంతంగా పనిచేసిన అంశాలలో ఒకటి - ఈ విధంగా సోవియట్ నాయకులు కమ్యూనిజాన్ని ఆచరణలో పెట్టడమే. రష్యాకి ఆవల వున్న దేశాలలోని వారు ఈ వాస్తవ విషయాన్ని గమనించడం లేదు. ఒకవేళ గమనించినా దీని విలువను తగ్గించి వేస్తున్నారు. లెనిన్ మాత్రం దీని విలువను తగ్గించలేదు. సోవియట్ వ్యవస్థలో ఇది అతిముఖ్యమైనదని అతడు భావించాడు. శ్రామిక వర్గీయ రాజ్య దురంధరుడు అనుసరించవలసిన యథార్థ మార్గంగా కమ్యూనిస్టు ఆచరణ గురించి "రాజ్యాంగ యంత్రమూ, విప్లవమూ" అనే గ్రంథంలో వ్యాఖ్యానం ఒకటి రాయడానికి ఆనాటి సంఘటనల సుడిగుండంలో సహితం అతడు సమయం కల్పించుకున్నాడు. అది కంటకమయమైన మార్గం. దానిని కొద్దిమందే అనుసరిస్తున్నారు.

7. ఉపన్యాస వేదికపై లెనిన్

ఈ కఠిన పరీక్షను అహోరాత్రులూ ఎదుర్కొనడంవల్ల కలిగే కష్టనిష్ఠురాలను శక్తి వ్యయాన్నీ లెక్క చేయకుండా లెనిన్ నిరంతరము ఉపన్యాస వేదికపై అగపడుతుండేవాడు. అతను క్లుప్తంగా చురుకుగా ఉపన్యసించుతూ పరిస్థితుల లక్షణాలను బట్టి రోగాన్ని నిశ్చయించుతూ, అందుకు ఔషధాలను నిర్దేశించుతూ, వీటిని రోగికిచ్చే కార్యానికై తన శ్రోతలను పంపుతుండేవారు. విద్యాగంధంలేని వర్గాలలో లెనిన్ ఉపన్యాసాలు రేకెత్తించిన ఉత్సాహాన్ని చూసి ప్రేక్షకులు ఆశ్చర్యపడేవారు. అతని ఉపన్యాసాలు వడివడిగా అనర్గళంగా, వాస్తవ విషయాలతో నిండి వుంటున్నప్పటికీ, ఉపన్యాస వేదికపై అతని రూపం లాగానే అవి కూడా అంత చిత్రోపరహితంగానూ, అంత కాల్పనిక రహితంగానూ వుండేవి. వాటిని అర్థం చేసుకుందుకు ఏకాగ్రచిత్తం అవసరం. కేరన్స్కి ఉపన్యాసాలకి అవి పూర్తి విరుద్ధం. కేరన్స్కి విగ్రహం కాల్పనికంగా వుండేది. "అజ్ఞానులూ నిరక్షరాస్యులైన రష్యన్లను" ఉర్రూతలూపే చమత్కృతులూ, భావోద్రేకాలన్నిటితో భాసిల్లుతున్నట్టి వాక్పటిమనుగల్గిన ఉపన్యాసకుడు కేరన్స్కి. అయితేనేం, అతని ఉపన్యాసాలకి వారు అల్లల్లాడిపోవడం లేదు. ఇక్కడ మరొక రష్యన్ వైపరీత్యం తటస్థపడుతుంది. ఉజ్వల వాగ్ధాటి గల ఈ వేదికోపన్యాసకుని ధగద్ధగీయములైన వాక్యాలనూ, దివ్యములైన పూర్ణ విరామములనూ ప్రజారాశులు విన్నారు. విని, వారు ఇటించటు తిరిగి పండితుడు, తర్కవేత్త, సూక్ష్మచింతనాపరుడు, విద్వత్సభాప్రవక్త అయిన లెనిన్‌కే తమ భక్తి విధేయతలను అర్పించారు.

తర్క వితర్కంలోనూ, వాదోపవాదంలోనూ లెనిన్ తనను తనే మించిపోతాడు. చర్చలో విరోధిని రెచ్చగొట్టే ఆత్మసంయమనం అతని సొత్తు . వాద ప్రతివాదంలో అతడికి అతడే సాటి. ఓల్గిన్* ఇలా అంటాడు. "తన విరోధికి ప్రత్యుత్తరమివ్వడు లెనిన్. విరోధిని ముక్క ముక్కల కింద శస్త్రం చేసేస్తాడు. కత్తి వాయిలా పదునైన మనిషి. అతని మేధ అద్భుతమైన తీక్షణతతో పనిచేస్తుంది. ఎదుటివాడి వాదన అనుసరిస్తున్న మార్గంలో వున్న ప్రతి ఒక్క లోపాన్నీ అతడు గమనిస్తాడు. తనకు అంగీకృతంగాని పూర్వ సిద్ధాంతాలతో

---

* ఓల్గిన్ – ఎమ్.ఎస్. నొవొమేయ్‌స్కీ కలం పేరు. ఇతడు 1914లో రష్యా నుండి అమెరికా సంయుక్త రాష్ట్రాలకు వెళ్ళిపోయి, సోవియట్ యూనియన్ గురించి అనేక పత్రికా వ్యాసాలు పుస్తకాలు రాశాడు.

నిరాకరించి, వాటి నుండి ఎంతటి అసందర్భమైన సిద్ధాంతాలను సారాంశంగా తేల్చేందుకు వీలుంటుందో అతడు చూపుతాడు. అలా తేల్చి వాటికి తాటాకులు కట్టేస్తాడు. ప్రత్యర్థిని హేళనచేసి పారేస్తాడు. తన మాటలతో అతడి ఒళ్ళు వాయగొట్టేస్తాడు. తన చేజిక్కిన ఈ బలిపశువు పొట్ట చింపితే అక్షరంలేని మనిషి అనీ, వట్టి తెలివితక్కువ దద్దమ్మ అనీ, అహంకారంతో పొంగిపోయిన అనామకుడనీ నీకు తోచేటట్టు చేస్తాడు. అతని తర్క ధాటి నిన్ను ఎగరగొట్టేస్తుంది. అతని మేధోగ్రత నిన్ను ముంచివేస్తుంది."

తన వాద విజృంభణను అప్పుడప్పుడు చిన్న హాస్యంతోనో, చటుక్కున కాటువేసే ఛలోక్తితోనో ఉపశమింపజేస్తాడు. ఈ ఉదాహరణ చూడండి : 'కామ్రేడ్ కమ్‌కోవ్ ప్రశ్నలు ఒక లోకోక్తిని నాకు జ్ఞాపకం తెస్తున్నాయి : పదిమంది జ్ఞానులు చెప్పగల్గే సమాధానాల కంటే ఒక్క మూర్ఖుడు వేయగల్గే ప్రశ్నలే హెచ్చు" అని చురక తగిలిస్తాడు. మరొకసారి బోల్షివిక్ పత్రికా రచయిత రాదెక్ లెనిన్ మీద విరుచుకుపడి : "పెట్రోగ్రాడ్‌లో ఐదువందల మంది ధైర్యవంతులు వుండి వుంటే, మిమ్మల్ని జైలుకు పంపించి వుండేవాళ్లమే!" అన్నాడు. అందుకు లెనిన్ నెమ్మదిగా జవాబిచ్చాడు : "కొందరు కామ్రేడ్స్ జైలుకు వెళ్ళొచ్చు నిజమే, కాని వాస్తవాలను బట్టి చూస్తే మీరు నన్ను జైలుకు పంపించడం కంటే నేను మిమ్మల్ని జైలుకు పంపించడానికే బహుళ హెచ్చు అవకాశాలున్నాయి." కొత్త వ్యవస్థను స్పష్టపరచి చెప్పడానికి అతడు, ముసలి పల్లెటూరి స్త్రీ జమిందారీ అడవిలో చిదుగులు ఏరుకుంటూండగా ఈనాటి సైనికుడు ఆమెను హింసించడం బదులు ఆమె పక్కన రక్షకుడుగా నిలబడడం వంటి సాధారణ దృష్టాంతాలను అడపాదడపా వివరించేవాడు.

ఆ మానవునిలో నివురుగప్పి వున్న తాపోగ్రతలు అతడు భరించిన కష్టాల కారణంగానూ, సంఘటనల ఒత్తిడి ఫలితంగానూ సహజ నిగ్రహాన్ని తెంచుకుని బయటకు వచ్చేసినట్టు కనబడింది. ఒక గొప్ప బహిరంగ సభలో లెనిన్ తన ఉపన్యాసాన్ని తడబడుతున్న మాటలతోనూ, భారమైన వాక్యాలతోనూ ప్రారంభించాడనీ, కాని ఉపన్యాసం సాగిన కొద్దీ పెద్దగా బాహ్య ప్రయత్నమేదీ లేకుండానే క్రమేణా మరింతగా అమోఘమవుతూండిన సమధికాంతరంగికోద్రేకంతో అతడు మరింత స్పష్టంగా మాట్లాడాడనీ, అతడి ధోరణి ధారాళంగానూ, ఉత్సాహకరంగానూ వుండెననీ ఇటీవల ప్రేక్షకుడొకడన్నాడు. "తను అదుపులో వుంచుకున్నట్టి ఒక విధమైన దుఃఖ రసం అతని ఆత్మను పరివేష్టించింది. అతడు ఎన్నో చేష్టా సంజ్ఞలు చేశాడు. ముందుకీ వెనక్కీ కొద్ది అడుగులు వేస్తూ నడిచాడు. తీవ్రాలోచననూ ఇంచుమించు బాధాకరమైన మేధ శ్రమనూ

సూచించుతూ అసాధారణంగా లోతుపడి వంకరులు పోయినట్టి ముడతలు అతని నొసటిపై ప్రత్యక్షమయ్యాయి" అన్నాడా ప్రేక్షకుడు. మనోవికారాలను కాకుండా ప్రధానంగా మేధస్సునే లెనిన్ రక్షించాడు. అయినప్పటికీ, స్వచ్ఛమైన బుద్ధిబలానికి ఎంతటి మనోవికారశక్తి వుండగలదో అతని శ్రోతల నుండి వెడలిన ప్రత్యుత్తరంలో ప్రస్ఫుటంగా అవుపడింది. అతడు గురితప్పడం నేను ఒక్కసారే చూశాను. కొత్తగా ఏర్పడిన ఎర్రసైన్యంలోని మొదటి దళం యుద్ధ శ్రేణికి వెళ్ళే ముందు డిసెంబరులో మిహాయ్‌లోవ్‌స్కి మనేషలో ఇది సంభవించింది. బ్రహ్మాండమైన ఆ భవనం లోపున మందుకాగడాలు ప్రసరించుతూన్న వెలుగులో కవచ శకటాల దీర్ఘశ్రేణులు చిత్రమైన ప్రాక్తన రాక్షస మృగ సమూహంలా కానవచ్చాయి. ఉచితమైన ఆయుధాలతో కాకపోయినప్పటికీ విప్లవోత్సాహంతో సుష్టుగా సాయుధులైన కొత్త రిక్రూట్ల నల్లని ఆకారాలు గుంపు గుంపులుగా ఆ గొప్ప రంగభూమి అంతటా తిరుగులాడుతూ శకటాల్లోకి ఎగబాకుతున్నాయి. వెచ్చగా వుండేందుకని వాళ్లు గంతులేస్తూ కాళ్లు నేలను తప తప కొట్టుతున్నారు. ఉల్లాసంగా వుండేందుకని విప్లవగీతాలూ పల్లెపట్టు జానపద గేయాలు పాడుతున్నారు.

ఇదిగో లెనిన్ వచ్చాడంటూ గొప్ప హర్షధ్వానం లేచింది. అతడొక కవచ శకటం మీద ఎక్కి మాట్లాడ్డం మొదలుపెట్టాడు. అక్కడ గుంపులు గుంపులుగా కూడిన వారందరూ ఆ చిరుచీకటిలో అతడికేసి అర్రులు చాచి శ్రద్ధగా విన్నారు. కాని అతని మాటలు వారిని ఏమీ హుషారెక్కించలేదు. అతడి ఉపన్యాసం పూర్తి అయ్యింది. హర్షధ్వానాలు చెలరేగాయి. కాని అవి మామూలు హర్షధ్వానాలలా లేనేలేవు. అనాడు అతని ఉపన్యాసం ఏదో మాట వరుసకి చేసిన ఉపన్యాసంలా వుంది గాని, ప్రాణాలను అర్పించడానికి వెళ్తూన్నవారి మనస్థితికి తగినట్టిదిగా లేదు. భావాలు చప్పచప్పగా వున్నాయి, మాటల్లో పసలేదు, అతని ఉపన్యాసం ఇంత నిస్సారంగా వుండడానికి కారణం వుంది - అమిత శ్రమ, తలమున్కపని, ఏమైతేనేమి, అసలు విషయం అంతే అయింది. మహోతరుణంలో చేయాల్సిన మహోపన్యాసం బదులు, మామూలు ఉపన్యాసం చేసి ఊరుకున్నాడు లెనిన్. ఆ కార్మికులకు కూడా అలాగే అనిపించింది. రష్యన్ శ్రామికులు గుడ్డి వీర పూజకులు కారు. విప్లవ పితామహుడూ మాతామహీ కనుగొన్నట్టుగా, తన వెనుకటి సాహసకృత్యాలనూ, పేరు ప్రతిష్ఠలనూ ఎల్లకాలమూ మూలధనంగా వాడుకుందుకు వీల్లేదు. తానొక వీరునిగా ఈనాడు తాను తన కర్తవ్యాన్ని నిర్వర్తించకపోతే, వీరునికి అందవలసిన బహుకృతులు అతనికి అందవు.

లెనిన్ కవచ శకటం మీద నుండి దిగిన తరువాత, పాద్వోయ్‌స్కి : "అమెరికన్ కామ్రేడ్ ఒకాయన ఇప్పుడు ఉపన్యసిస్తాడు" అన్నాడు. దానితో జనం చెవులు రిక్కించుకున్నారు. నేను ఆ శకటం పైకి ఎక్కాను.

"భేష్! మీరు ఇంగ్లీషులో మాట్లాడండి. మీరు అంగీకరిస్తే నేను దుబాసిగా వుంటాను" అన్నాడు లెనిన్..

వెర్రి ఆలోచన ఒకటి నా మనసుకు తట్టేసరికి, ఇహ ముందు వెనుకలు ఆలోచించకుండా :

"అవసరం లేదులెండి. నేను రష్యలోనే మాట్లాడుతాను" అనేశా.

నాకేసి చూస్తూ నన్ను కనిపెడుతూనే వున్నాడు లెనిన్ - ఏదో వినోదం జరగబోతుంది చూద్దాం అనుకున్నట్టు అతని కళ్ళల్లో మందహాసం మెరిసింది. ఆ వినోదం కోసం ఎంతోసేపు కనిపెట్టుకుని వుండడం అవసరం లేకపోయింది. ఇటువంటి సందర్భాల్లో ఉపయోగించేందుకని నేను ముందుగానే కంఠస్థం చేసి అట్టే పెట్టుకున్న ఆ నాలుగు వాక్యాలు అయిపోయినాక ఇహ తడబడి ఆగిపోయాను. కొత్త మాటలు జ్ఞాపకం తెచ్చుకుని ఉపన్యాసం సాగించడం కష్టమైపోయింది. తమ మాతృభాష విదేశీయుల నోటబడి ఎన్ని కడగండ్లు భరించాల్సి వచ్చినప్పటికీ రష్యన్లు ఎంతో మర్యాద, క్షమ చూపెడతారు. కొత్త శిష్యుడి శైలిని వారు హర్షించకపోయినా, అతడు పడుతున్న శ్రమను మాత్రం వారు హర్షిస్తారు. ఈ విధంగా నా ఉపన్యాసంలో ఒక్కొక్క వాక్యమూ నేను పూర్తిచేసేసరికల్లా సుదీర్ఘమైన కరతాళధ్వనులు చెలరేగేవి. ఆ వ్యవధి కాస్తా ఉపయోగించుకుని, మళ్ళీ నాలుగు మాటలు కూర్చి ఉపన్యాసంలో మరికొంత ముందుకు పురోగమించేవాణ్ణి. గొప్ప సంక్షోభం గనుక తటస్థించే పక్షంలో నేను సంతోషంతో ఎర్రసైన్యంలో చేరతానని చెప్పాలనుకున్నాను. అలా చెప్పబోతూ ఒక మాట కోసం తడుముకున్నాను. లెనిన్ నాకేసి చూసి : ఏ మాట కావాలి మీకు?" అని అడిగాడు. 'Enlian' అన్నాను. "వ్స్తుపీత్" * అని అతడు రష్యన్ మాటను అందిచ్చాడు.

ఆ తరువాత నాకు ఏ రష్యన్ మాట అయినా సరే జ్ఞాపకం రాక నేను ఎప్పుడు ఆగిపోయినా, అతడు చప్పున ఆ మాట నాకు అందించేసరికి, దానిని నేను అందుకుని, నా అమెరికన్ యాసతో దానిని కొంత మరమ్మతు చేసి దానిని శ్రోతలమీద రువ్వేవాణ్ణి.

---

* చేరుట

ఇదీ దీనితో పాటు రక్తమాంసాలలో నేను - వారు అతి తరుచుగా వింటూన్నట్టి అంతర్జాతీయత యొక్క చిహ్నంగా - వారి ఎదుట నిలబడి వున్నాననే వాస్తవ విషయమూ, ఈ రెండు కారణాలతో నవ్వులూ చప్పట్లూ తుపానూ ఉరుముల్లా చెలరేగాయి. ఈ కోలాహలంలో లెనిన్ కూడా హృదయపూర్వకంగా పాల్గొన్నాడు.

"భేష్! ఏమైతేనేం, రష్యన్‌లో మాట్లాడటం మొదలుపెట్టారన్నమాటే!" అన్నాడాయన. "కాని ఇంతటితో వదిలి పెట్టేయకుండా కష్టపడి సాగించాలి సుమండీ!" అంటూ బెస్సీ బీటి* కేసి తిరిగి, "మీరు కూడా రష్యన్ నేర్చుకోవాలి. రష్యన్ నేర్చుకుంటూ, అందుకివ్వవలసిన డబ్బుకు బదులు ఇంగ్లీషు నేర్పుతానని అడ్వర్టయిజ్‌మెంట్ వేయండి పత్రికలో. ఇహ అక్కడ నుండి చదవడం, మాట్లాడ్డం - అంతా రష్యన్‌లోనే కానివ్వండి, మరొక భాష ఉపయోగించకండి. అమెరికన్లతో మాట్లాడకండి - వాళ్లతో మాట్లాడితే అసలు ఎలాగూ లాభంలేదు" అంటూ హాస్యంగా ఓ మాట పడేశాడు. "మనం మళ్లీ కలుసుకున్నప్పుడు మీకు ఓ పరీక్ష పెడతాను" అన్నాడు లెనిన్.

8. లెనిన్ చుట్టూ నిరంతర అపాయాలు

మళ్లీ వచ్చే మాటు అంటూ ఒకటి వుండదేమో అన్నట్టుగా ఇంచుమించు జరిగింది. మోటారు కారులో ఎక్కి కూచున్నాడు లెనిన్. కారు రోడ్డు మీదకి తిరగ్గానే ఢమ్, ఢమ్, ఢమ్ అని మూడు తుపాకి కాల్పుల చప్పుళ్లు వినబడ్డాయి - మూడు తుపాకిగుళ్ళు అతని కారులోకి దూసుకుపోయాయి. ఒక గుండు మాత్రం అతని పక్కన కూర్చున్న స్విస్ ప్రతినిధి ప్లాట్టెన్‌కి తగలగా అతడు గాయపడ్డాడు. హంతకుడెవడో పక్క వీధి నుండి హత్యా ప్రయత్నం చేసి గురి తప్పాడు.

---

* జెస్సీ బీటి - 1917 విప్లవ కాలంలో రష్యాలో నివసించిన అమెరికన్ పత్రికా రచయిత్రి, "రష్యా అరుణ హృదయం" అనే పుస్తకమూ, అక్టోబరు విప్లవం గురించి అనేక వ్యాసాలు రాసింది.

ప్లాట్టెన్, ఎఫ్ వామపక్షానికి చెందిన స్విస్ సోషలిస్టు, తరువాత కమ్యూనిస్టు అయ్యాడు. 1905లో రీగపట్నంలో విప్లవ కార్యకలాపం నడిపించాడు, రష్యన్ విప్లవోద్యమంలో సాధారణంగా చురుకుగా పనిచేశాడు. 1912 నుండి 1918 వరకూ లెనిన్ ప్రయాణాన్ని ఇతడు ఆర్గనైజ్ చేశాడు. స్విస్ కమ్యూనిస్టు పార్టీ స్థాపకులలో ఇతడొకడు.

సహజంగానే ప్రాణాపాయం బోల్షివిక్ నాయకులను నిరంతరమూ వెన్నాడుతుండేది. బూర్జువా కుట్రదార్లు ఆవశ్యకంగా లెనిన్ మీదనే ప్రధానంగా నిఘా పెట్టారు. తమ నాశనానికి దారితీసిన పథకాలన్నీ అతని చురుకైన బుర్రలో నుండి పుట్టినవే అన్నారు. వాళ్ళు. "ఓ దేవుడా, ఆ బుర్ర పని కట్టించేందుకు ఒక్క బుల్లెట్టు ఇప్పించు మాకు!" అంటూ విప్లవ ప్రతీఘాతకుల గృహాలలోని దైవపీఠాల నుండి హృదయపూర్వకమైన ప్రార్ధనలు నిత్యమూ వెడలుతూండేవి.

అటువంటి ఒక గృహంలో మాకెల్లప్పుడూ దివ్యమైన ఆతిధ్యమూ ఘనమైన స్వాగతమూ అభించేది. ఆవిరి గక్కుతూన్న "సమొవార్"* తోనూ పండ్లూ, ఫలాలూ, పిక్కలతో రకరకాల "జకూస్క"**లతో, ఆర్థర్ రాప్‌సమ్‌కి*** ప్రత్యేకంగా ఇష్టమైనట్టీ, అతడు "స్వీట్స్" అని పేరు పెట్టినట్టి వస్తువులతో నిండిన పళ్ళేలతోనూ తూగుతూంది ఆ బ్రహ్మాండమైన టేబిలు. యుద్ధం పుణ్యమా అంటూ ఆ కుటుంబం రెండు చేతులతోనూ డబ్బుచేసుకుంది. అన్ని రకాల చట్టా వ్యాపారమూ, దొంగచాటుగా రహస్య మార్గాల వెంట జర్మనీకి సరుకుల రవాణా టోకుగానూ, చిల్లరగానూ చీకటి బజారు వ్యాపారమూ ఇత్యాదుల ఫలితంగా మేరువు పర్వతం మీద ఇంద్రభోగం అనుభవించుతూంది ఈ కుటుంబం. ఇలా వుండగా, మరి ఇప్పుడేమో ఈ మేరువునే తలకిందులు చేస్తూ తటాలున అంధకారంలో నుంచి ప్రత్యక్షమయ్యారు బోల్షివిక్‌లు. యుద్ధాన్నే ఆపుచేస్తామంటున్నారు ఈ బోల్షివిక్‌లు. వీళ్ళతో మంచీ చెడ్డా మాట్లాడ్డానికే వీల్లేదాయె. శుద్ధ పశువులూ, వెర్రి వెధవలూనూ! అన్నిటినీ ఆపేస్తామంటున్నారు - చివరికి చట్టా వ్యాపారాన్నీ, చీకటి బజారునీ కూడా ఆపేస్తామంటున్నారు. ఏమైనా సరే వీళ్ళని ఆపేయాలి - అంతకు తప్ప మరి గత్యంతరం లేదు. ఉరికంబానికి వేలాడదీసెయ్యాలి! గుండెని పేల్చేయ్యాలి. గద్దె మీద వున్నవాళ్ళతో - మొదట లెనిన్‌తోనే - ఆరంభించాలి.

శుక్లపక్ష చంద్రునిలా దిన దిన ప్రవర్ధమానమవుతూన్న ఆ యువక చట్టా వ్యాపారి నాతో గంభీరంగా - "లెనిన్ హత్య చేసినవాడికి ఈ క్షణం ఇస్తాను - మిలియన్

---

* సమొవార్" : టీ కాచుకునేందుకు రష్యాలో ఉపయోగించే పరికరం.

** "జకూస్క". అల్పమార వస్తువులు.

*** ఆర్థర్ రాన్‌సమ్ - బ్రిటిస్ లిబరల్ పత్రికా విలేకరి. "సోవియట్ రష్యాలో ఆరు వారాలు" అనే పుస్తకం రాశాడు.

రూబుళ్ళు! నేనొకణ్ణే కాదు. ఈ ఉద్యమానికి చెరి ఒక్కడూ చెరివొక మిలియన్ రూబూళ్ళు ఇవ్వడానికి తయారుగా వున్నవాళ్ళని - సై అంటే సిద్ధంగా వున్నవాళ్లని - మరో పంథొమ్మందుగురిని నాకు తెలుసును" అన్నాడు.

తను ఎంత అపాయానికి గురి అవుతూన్నదీ లెనిన్ ఎరుగునా? - అని మేము బోల్షివిక్ పంచకాన్ని అడిగాం. "అవును ఆయన బాగా ఎరుగును" అన్నారు వాళ్ళు. "కాని దాని గురించి ఆయన ఆందోళన పడడు. అసలు ఆయన దేనిగురించి ఆందోళన పడడు సుమండీ!" చూడగా - దేనిగురించీ ఆయనకి ఆందోళన వున్నట్టూ లేదు.

మందుపాత్రలతో మాటు గోతులతో ప్రమాదకరంగా వున్న బాటపైన అతడు నెమ్మదిగా కలత అన్నది కనబరచకుండా నడుస్తున్నాడు. ఇతరుల నరాలను రేగగొట్టి వారి ముఖాన రక్తం లేకుండా చేసి వేసే సంక్షోభాల్లో అతడు ప్రశాంతంగా చెక్కుచెదరకుండా వుంటాడు. లెనిన్‌ని హత్య చేసేందుకు విప్లవ ప్రతీఘాతకులూ సామ్రాజ్యవాదులూ పన్నిన స్విస్ సోషలిస్టు పార్టీ సెక్రెటరీగా వున్నాడు. 1917 వసంతకాలంలో స్విట్జర్లాండ్ నుండి పథకాలు ఒకదాని తరువాత ఒకటి విఫలమయ్యాయి. కాని 1918 ఆగస్టు చివరి రోజున, కుట్రదార్లు ఇంచుమించు సఫలీకృతులయ్యారు.

మిహెల్‌సోన్ కర్మాగారంలో జరిగిన 15,000 కార్మికుల సమావేశంలో ప్రధాని ఉపన్యసించి, తన కారులో ఎక్కబోతూండగా, ఆయనకేదో అర్జీ దాఖలు చేయబోతున్నట్టుగా చేత కాగితం పట్టుకుని ఒకమ్మాయి ఆయన దగ్గరకు పరుగెత్తి వెళ్లింది. ఆ కాగితం అందుకుందుకని ప్రధాని చేయి చాపాడు. ఈలోపున మరొకమ్మాయి - ఆమె పేరు దొర కప్లాన్ - ఆయనమీద మూడు పిస్టల్ గుళ్ళు పేల్చింది. రెండు గుళ్లు ఆయనకి తగిలాయి. దానితో ఆయన పేవ్‌మెంటుమీద బారుగా పడిపోయాడు. ఆయనను లేవనెత్తి కారులో కూర్చోబెట్టి క్రెమ్లిన్‌కి తీసుకెళ్ళిపోయారు. ఒంటి నుండి రక్తం ధారలు కట్టి కారిపోతూన్నప్పటికీ ఆయన పట్టుబట్టి స్వయంగా మెట్లు ఎక్కాడు. తను అనుకున్న దానికంటే ప్రమాదకరమైన గాయమే తగిలిందాయనికి. కొన్ని వారాలపాటు ఆయన పరిస్థితి ఇటో అటో అన్నట్లుంది. తన ఒంటిని కాస్తున్న జ్వరంతో పోరు సల్పగా మిగిలిన శక్తిని దేశమంతటా దావానలంలా వ్యాపించిన ప్రత్యుపకార భావంతో పోరు సల్పడానికి అతడు ధారపోశాడు.

ఏమంటే, తమ స్వేచ్ఛలన్నిటికీ చిహ్నంగా నిలిచిన వ్యక్తిపై అభివృద్ధి నిరోధక శక్తులు దెబ్బతీసి నిలువునా కూలదోశాయని ప్రజలు క్రోధోన్మత్తులై, హత్యా ప్రయత్నానికి ప్రత్యుత్తరంగా బూర్జువా వర్గం పైనా, రాచరికపు అనుయాయుల పైనా దెబ్బతీశారు.

కమిస్సార్లపై జరిపిన హత్యలకూ లెనిన్‌పై జరిపిన హత్యా ప్రయత్నానికీ మూల్యాన్ని బూర్జువాలు అనేకులు తమ ప్రాణాలతో చెల్లించాల్సి వచ్చింది. ప్రజల ఆగ్రహం ఎంత భయంకరంగా వుండేదంటే, తమ కోపావేశాన్ని అదుపులో వుంచుకోవలసిందని లెనిన్ ప్రాధేయపడకుండా వుండిన పక్షంలో ఇంకా ఎన్ని వందలమంది బూర్జువాలో ప్రాణాలు కోల్పోయి వుండేవారే. ఈ క్రోధోన్మత్తత చెలరేగుతూండిన కాలమంతటిలోనూ రష్యాలోకెల్లా ప్రశాంతుడు అతడే అని చెప్పడంలో ఏమాత్రమూ అతిశయోక్తి వుండదు..

9. అసాధారణ ఆత్మసంయమనం

అతడు అన్ని సమయాల్లోనూ ఈషణ్మాత్రమైనా లోపం లేని పరిపూర్ణ ఆత్మసంయమనం కలిగి వుండేవాడు. ఇతరులలో వెర్రి ఆవేశాన్ని రెచ్చగొట్టే సంఘటనలు ఇతనిలో నెమ్మదికీ, ప్రశాంతతకూ కారణాలయ్యేవి.

రాజకీయ పక్షాలు పరస్పరం జీవన్మరణ పోరాటానికి తలపడగా రాజ్యాంగ పరిషత్ యొక్క ఆ చారిత్రక సమావేశమూ కలహ ప్రదర్శనంగా పరిణమించింది. యుద్ధ నినాదాలు బొబ్బరించుతూ బల్లలు గుద్దుతూన్న ప్రతినిధులు, బెదిరింపులూ సవాళ్ళూ విసురుతూ పొలికేకలు పెడుతూన్న వక్తలు, అటు ఇంటర్నేషనల్ గీతాన్ని "రివల్యూషనరీ మార్చ్"నీ అత్యుత్సాహంతో పాడుతూన్న రెండువేల కంఠాలు - వీటితో వాతావరణం విద్యుత్ భరితమైంది. రాత్రి గడియలు సాగిన కొద్దీ ఓల్టేజి అంతకంతకు మరింత అధికమవుతూన్నట్టు అందరికీ అనిపించిపోయింది. ప్రేక్షకుల గ్యాలరీల్లో కూర్చున్న మేము దవడలు బిగించి, నరాలు బిగబట్టి, గ్యాలరీ రెయిలింగ్స్ గట్టిగా పట్టుకుని చూస్తున్నాం. ఎదుటి వరుసలో వున్న ఒక బాక్సులో కూర్చున్నాడు లెనిన్. మనిషిలో విసుగుదల కనబడుతూంది.

కాస్సేపయాక అతడు లేచి, ఉపన్యాస వేదిక వెనుక పక్కకు వెళ్ళి, ఎరుపు తివాచీ పరచి వున్న మెట్ల మీద కూర్చుని ఆ జనసమూహంకేసి యాదృచ్ఛికంగా చూశాడు. చూసి : "ఇంతమంది తమ శక్తిని వృథా చేసుకుంటున్నారు. సరేలెండి, ఈ ఒక్కడూ మాత్రం తన శక్తిని నిలువ చేసుకుంటాడు" అనుకున్నట్టుగా. తలను చేతిమీద ఆన్చుకుని నిద్రపోయాడు లెనిన్. వక్తల వాగ్దాటీ, ప్రేక్షకుల గర్జన అతని శిరస్సు మీద నుండి దొర్లిపోయాయి. కాని అతడు మాత్రం ప్రశాంతంగా కునుకు తీస్తున్నాడు. ఒకటి రెండుసార్లు కళ్ళు తెరచి, మిటకరించి ఇటూ అటూ చూసి మళ్ళీ నిద్రసాగించాడు.

చిట్టచివరకి అతడు లేచి నిట్టనిలుచుని, సావకాశంగా పచార్లు చేస్తూ ఎదుటి వరుసలో వున్న తన బాక్సులోకి వెళ్లిపోయాడు. ఇదంతా చూస్తున్న జాన్ రీడ్, నేనూ సమయం దొరికిందని గ్రహించి, త్వరగా ఆయన దగ్గరకు వెళ్ళి, రాజ్యాంగ పరిషత్ వ్యవహారాల గురించి ఆయనని అడిగాం. రాజ్యాంగ పరిషత్ పట్ల ఉదాసీనతతో అతడు జవాబు చెప్పాడు. ప్రచార బ్యూరో* కార్యకలాపాల గురించి అతడు మమ్మల్ని అడిగాడు. కరపత్రాలూ నేలమీద అచ్చు అవుతున్నాయనీ, అవి కందకాలు దాటి జర్మన్ సైన్యానికి నిస్సందేహంగా అందుతున్నాయని మేం చెప్పేసరికి అతని ముఖం వికసించింది. జర్మన్ భాషలో రాయడమూ అచ్చువేయించమూ మాకు ఎంతో కష్టంగా వుందన్నాం.

"ఓహో!" అన్నాడు. ఆనాడు శకటం పైన ఎక్కి నేను ప్రదర్శించిన సాహస కార్యాన్ని అతడు జ్ఞప్తికి తెచ్చుకుని, తటాలున నవ్వుతూనూ, "మరి, మీ రష్యన్ ఎంత వరకూ వచ్చింది? ఈ రష్యన్ ఉపన్యాసాలన్నీ ఇప్పుడు మీకు అర్థమవుతున్నాయా? అని అడిగాడు.

"రష్యన్‌లో ఎన్నో మాటలున్నాయి" అన్నాను నేను. అతని ప్రశ్నను దాటవేస్తూ "అదే మరి" అన్నాడతడు ఛలోక్తిగా, "ఒక పద్ధతిలో జరగాలి మీ అధ్యయనం. మొట్టమొదట్లోనే భాషను మీరు నలగ్గొట్టేయాలి. నా పద్ధతి ఏమిటో చెబుతాను వినండి!" అంటూ వివరించాడు లెనిన్.

నాలుగు మాటల్లో చెప్పాలంటే లెనిన్ పద్ధతి ఇది : మొట్టమొదట నామవాచకాలన్నిటినీ నేర్చుకోవడం, తరువాత క్రియలన్నిటినీ, విశేషణాలు క్రియా శేషణాలన్నిటినీ నేర్చుకోవడం, యావత్తు వ్యాకరణమూ వాక్యాపరిచ్ఛేద సూత్రాలు నేర్చుకోవడం : ఇక వీటన్నిటినీ సర్వత్రా సర్వుల మీద ప్రయోగించుతూ అభ్యసించడం. లెనిన్ పద్ధతి సూక్ష్మంగా లేకపోయినా క్షుణ్ణంగా వుందనే చెప్పాలి. అసలు సంగతి ఏమిటంటే : బూర్జువా వర్గాన్ని వశపరుచుకుందుకు తాను అవలంబించిన పద్ధతినే – కర్తవ్య సాధనకు నిర్దాక్షిణ్యంగా పాటుపడడం అనే పద్ధతినే – భాషను వశపరచుకుందుకు అతడవలంబించాడు. ఈ పద్ధతిని అతడు ఎంతో ఉత్సాహంతో వివరించాడు.

---

* రష్యన్ కమ్యూనిస్టు పార్టీలో 1918 తొలి రోజులలో నెలకొల్పబడిన విదేశీయ గ్రూపుల సమాఖ్యతో ఈ ప్రోపగాండా బ్యూరో (ప్రచార కార్యాలయం) చేర్చబడింది. విదేశీయ రచయితలూ, ప్రచారకులూ కలిసి ఈ కార్యాలయాన్ని ఏర్పాటు చేశారు. ఈ కార్యాలయం రకరకాల ప్రచురణలను వెలువరించి పంచి పెట్టింది. సామ్రాజ్య వాద దేశాల సైనికులు ప్రచారం నడపింది.

తను కూర్చున్న బాక్సు నుండి ముందుకు వంగి, తళ తళ మెరుస్తూన్న కళ్ళతో, తన మాటలు మా మనస్సులో నాటుకునేందుకని వాటిని అభినయంతో ఒత్తి పలుకుతూ పద్ధతిని వివరించాడు. మాతోటి విలేకరులందరూ ఈర్ష్యతో మాకేసి దూరం నుండి చూస్తున్నారు. ప్రతిపక్షం చేసిన నేరాలను లెనిన్ దయాదాక్షిణ్యాలు లేకుండా ఎత్తి చూపుతున్నాడనో, లేక సోవియట్లు వేసుకున్న పథకాల రహస్యాలను మాకు చెబుతున్నాడనో, లేక విప్లవ పక్షాన మరింత ఉత్సాహంతో మేము పనిచేసేందుకు మమ్మల్ని ప్రోత్సహిస్తున్నాడనే వాళ్ళనుకున్నారు. ఇటువంటి సందిగ్ధ పరిస్థితులలో మహనీయమైన రష్యా దేశపు అధినేతను ఇంత తీవ్రంగా ఉద్రేకపరచగల్గి, అతనిచే ఇంత తీవ్రశక్తి ఉత్సర్గాన్ని బయటికి ప్రదర్శింపజేయగల్గేవి కేవలం ఇటువంటి విషయాలే తప్ప ఇంకేమిటుంటాయని వారు అనుకున్నారు. కాని వారు పూర్తిగా పొరపాటు పడ్డారు. విదేశీ భాషను నేర్చుకునే విధానం గురించి మాత్రమే ప్రసంగించుతూ మిత్రులతో చిన్న బాతాఖానీ వేసి, తద్వారా కాస్త విశ్రాంతీ, వినోదమూ అతడు పొందాడు.

తీవ్ర వాగ్వివాదాల ఉద్రిక్త వాతావరణంలో, ప్రతిపక్షాలు తనను నిర్దాక్షిణ్యంగా ఎత్తి పొడుస్తున్నప్పుడు లెనిన్ నిర్మల చిత్తంతో ప్రశాంతంగా కూచుంటాడు. అంతేకాదు, పరిస్థితులలో అంతర్గర్భితంగా వున్న హాస్యరసాన్ని సహితం ఆస్వాదించుతూ వుంటాడు. నాల్గవ కాంగ్రెస్ ఎదుట తన ఉపన్యాసం ముగించిన తరువాత, తన ప్రత్యర్థులు ఐదుగురి విమర్శనా ధాటిని వినేందుకని వేదిక మీద కూర్చున్నాడు లెనిన్. తన మీద వారు ఎదురుదెబ్బ తీస్తూ చెప్పిన విషయం బాగుందని తనకు తోచినప్పుడు అతడు స్పష్టంగా నవ్వి, హర్షధ్వానంలో తను కూడా పాల్గొన్నాడు. విషయం హాస్యాస్పదంగా వున్నదని తనకు తోచినప్పుడు లెనిన్ వ్యంగ్యంగా నవ్వి తన బొటని వేళ్ళ గోళ్ళను ఒండొంటితో చరుస్తూ ఎగతాళిగా హర్షించారు.

10. ఇష్టాగోష్ఠిలో లెనిన్

నేను ఒక్కసారి మాత్రమే అతనిలో బడలిక చిహ్నాలు చూశాను. ప్రజా కమిస్సార్ల కమిటీ అర్ధరాత్రి సమావేశం ముగిసింది. భార్యతోనూ, చెల్లెలితోనూ కలిసి అతడు నేషనల్ హోటల్ లిఫ్టులో కాలు పెట్టగా నేను ఎదురయేసరికి, నన్ను చూసి : "గుడీవినింగ్!" అన్నాడు అలసిపోయిన గొంతుకతో. అని "కాదు, గుడ్ మార్నింగ్! ఈ రోజు పగలూ రాత్రి అలా మాట్లాడుతూనే వున్నాను, బాగా అలసిపోయాను. ఒక్క అంతస్తే అయినా, మేడమీదకి లిఫ్టులో వెళ్తున్నాను' అన్నాడతడు.

అతడు తొందరపడడం, హడావుడిపడి ఒక్కసారి మాత్రమే చూశాను. అది ఫిబ్రవరిలో, తౌరిద భవనం మళ్ళీ మరొకసారి ఉద్రిక్త వివాదానికి – జర్మనీతో సమరమా, శాంతా అనే విషయంపై వివాదానికి – యుద్ధరంగమైంది. అకస్మాత్తుగా లెనిన్ సభా మందిర ద్వారంలో ప్రత్యక్షమయాడు. పొడుగ్గా వున్న ఆ మందిరంలో నుండి దూసుకుపోతూన్నట్టే చకచకా దృఢంగా అంగలు వేసుకుంటూ, వేదిక మీదకు వెళ్ళే తలుపు దగ్గరకీ ఝామ్మని వెళ్ళాడు. అతడి కోసమని ప్రొఫెసర్ చార్లెస్ కుంట్సా. నేనూ అక్కడ మాటు వేసుకుని వున్నామేమో, అతడు అవుపడగానే : కామ్రేడ్ లెనిన్! ఒక్క నిమిషం!" అని ఆయన్ని పలుకరించాం.

శరవేగంతో వెళ్తూన్నవాడల్లా చప్పున ఆగిపోయి, మిలటరీ మనిషిలా ఇంచుమించు అటెన్షన్ మీద నిలబడి, గంభీరంగా నమస్కార పురస్సరంగా వంగి "కామ్రేడ్స్! దయచేసి నన్నీసారి వదలి పెట్టండి. ఒక్క క్షణం కూడా నాకూ వ్యవధి లేదు. నా కోసం సభా మందిరంలో కనిపెట్టుకున్నారు. ఈసారి నన్ను క్షమించి, దయచేసి నన్ను వెళ్ళనీయండి!" అన్నాడు. అలా అని, మరొకసారి నమస్కారపురస్సరంగా వంగి మాతో కరచాలనం చేసి బర్రున వెళ్లిపోయాడు.

స్నేహసంబంధాల విషయంలో లెనిన్ చూపిన కలుపుగోలుతనం గురించి బోల్షివిక్ వ్యతిరేకి విల్‌కాక్స్ వ్యాఖ్యానిస్తూ ఈ కథ చెప్పాడు. ఒక ఇంగ్లీషు వర్తకుడి కుటుంబం ప్రమాద పరిస్థితిలో చిక్కుకోగా, అతడు లెనిన్ వ్యక్తిగత సహాయాన్ని అర్థించడానికని ఆయన దర్శనానికి వెళ్లాడు. "రక్తదాహంతో తహతహపడుతూన్న ప్రజాకంటకుడు" సాత్వికుడూ, సరసుడూ ఎంతో సానుభూతి కల్గి తన చేతిలో వున్న సహాయమంతా చేయడానికని తనే స్వయంగా ఉబలాటపడటం చూసి ఆ ఇంగ్లీషు వర్తకుడు ఆశ్చర్యపోయాడట.

వాస్తవానికి ఒకొక్కప్పుడు లెనిన్ అమిత మర్యాద చూపడమే కాకుండా, ఆ మర్యాద అతి మిక్కిలిగా వుండదేమో అని కూడా అనిపించేది. ఇందుకు – అతడు ఇంగ్లీషు మాట్లాడే తీరూ, మర్యాద సంభాషణలో ఉపయోగించే అలంకారభూయిష్ట పదజాలాన్ని పుస్తకాల్లో నుంచి సరాసరి ఎత్తి ప్రయోగించడమూ – కారణం కావచ్చు. స్నేహసంబంధాల రంగంలో అతడు వినియోగించే సాంకేతిక పద్ధతే కావచ్చు – మూడు వంతులు ఇదే సంభవం కూడా. ఎందుచేతనంటే – ఇతరత్రా అతడు ఎంత గొప్ప సమర్థుడో ఇందులోనూ అంతే అనవసర విషయాలతో తన కాలం వృథా చేసుకుందుకు అతడు ఇష్టపడేవాడు కాదు. అతణ్ణి సమీపించడం అంత సులభమయ్యేది కాదు. అతని కచేరి ముందరి గదిలో నోటీసు ఒకటి వుంది :

"బ్రహ్మాండమైన కార్యకలాపాలు నిర్వర్తించవలసివున్న వ్యక్తితో తాము మాట్లాడబోతున్నామని అగంతకులు గుర్తుంచుకొనగలరు. తాము వచ్చిన విషయాన్ని గురించి స్పష్టంగానూ, సంక్షిప్తంగానూ వివరించవలసిందని ఆయన కోరుతున్నాడు."

లెనిన్ దర్శనం దొరకడం చాలా కష్టం. కాని దొరికిందంటే మాత్రం, మీరు చెప్పేదంతా అతడు తదేక ధ్యానంతో వింటాడు. ఆయన సర్వశక్తులూ మీమీదనే లగ్నమై వుంటాయి. దాంతో మీరు బెంబేలు పడవచ్చు కూడా. ఆయన మిమ్మల్ని మర్యాదగా, ఇంచుమించు అతి మర్యాదగా, పలకరించిన తరువాత తన కుర్చీని మీ దగ్గరకు - ఎంత దగ్గరగా అంటే మీ ముఖానికి ఆయన ముఖానికి ఒక అడుగు దూరమే వుంటుందన్నంత దగ్గరగా - లాక్కుని కూర్చుంటాడు. సంభాషణ సాగుతున్న కొద్దీ ఇంకా దగ్గరకు వస్తాడాయన, మీ మస్తిష్కం లోలోపలి రహస్య స్థలాలను వెతుకుతున్నాడా అన్నట్టు, అచ్చంగా మీ హృదయాంతరాళంలోకే ఆయన దృష్టి తొలుచుకుపోతూందా అన్నట్టు, మీ కళ్ళలోకి తేరి చూస్తాడు. మలినోవ్‌స్కి వంటి మొండికెత్తిన పరమ అబద్ధికుడు మాత్రమే ఆ చూపుల నిశ్చల ధాటికి నిలబడగల్గుతాడు.

1905 మాస్కో తిరుగుబాటులో పాల్గొన్నట్టీ, పాల్గొనడమే కాకుండా బారికేడ్ల మీద కూడా ధైర్యంగా పోరాడినట్టీ ఒకనొక సోషలిస్టుని మేం తరుచు కలుసుకునే వాళ్ళం. ఖుషీ ఉద్యోగమూ, జీవిత సౌఖ్యాలూ అతణ్ణి తన తొలుత అచంచల భక్తి విశ్వాసాల నుండి మళ్ళించేశాయి. ఒక ఇంగ్లీషు వార్తాపత్రికల సిండికేటుకీ, ప్లెహానొవ్* ఆధ్వర్యాన నడుస్తూన్న "యెదీన్‌స్త్వొ" " పత్రికకీ విలేకరిగా వుంటున్నాడేమో, అతడి ముఖంలో ఇప్పుడు ఐశ్వర్య కళ కనబడుతుంది. మనిషి దర్జాగా, ఠీవిగా తిరుగుతున్నాడు. లెనిన్ బూర్జువా రచయితలను కాలాన్ని వ్యర్థపుచ్చేవారిగా పరిగణించువాడు. కాని ఈ వ్యక్తి తన వెనుకటి విప్లవ చరిత్రను ఘనంగా వర్ణించుకోవడంవల్ల లెనిన్‌తో భేటీని

---

* ప్లెహానోవ్, జి.వి. (1856 - 1918) - రష్యాలో మొట్టమొదటి మార్క్సిస్టు ప్రచారకుడు, భౌతిక ప్రాపంచిక దృక్పథాన్ని కృతనిశ్చయంతో సమర్థించిన వ్యక్తి, రష్యన్ అంతర్జాతీయ కార్మికోద్యమాలలో ప్రముఖ కార్యకర్త. అదే సమయంలో తన తాత్విక రాజకీయ అభిప్రాయాలలోనూ, తన నిత్యజీవితపు క్రియాకలాపంలోనూ ఇతడు ప్రమాదకరమైన పొరపాట్లు చేశాడు. మెన్షెవిక్‌ల నాయకులలో ఇతడొకడు. మొదటి ప్రపంచ యుద్ధకాలంలో ఇతడు సోషల్ - జాతీయ దురహంకార స్థానం తీసుకున్నాడు.

కుదుర్చుకోగల్లాడు. కోటలో పాగా వేశానని అతగాడు గొప్పగా పొంగిపోతూ భేటీకి బయల్దేరాడు. కొన్ని గంటలైన తరువాత అతనిని నేను కలుసుకోగా, మనిషి బెంబేలెత్తిపోయున్నాడు. జరిగిన సంగతంతా చెప్పాడు :

"నేను లెనిన్ కచేరీ గదిలోకి వెళ్లి 1905 విప్లవంలో నా పాత్ర గురించి చెప్పాను.

లెనిన్ నా దగ్గరకు వచ్చి : 'అవును, అదంతా నిజమే కామ్రేడ్! కాని ఈ విప్లవం కోసం మీరేమి చేస్తున్నారు? అన్నాడు. అతడి ముఖం నా ముఖానికి బాగా దగ్గరగా వుంది. సూటిగా నా కళ్ళల్లోకి చూస్తున్నాడు. మాస్కో బారికేడ్లమీద నేనుండిన ఆ రోజుల గురించి చెప్పి ఒక అడుగు వెనక్కి వేశాను. కాని లెనిన్ ఒక అడుగు ముందుకు వేశాడు. వేసి నా చూపు మరలనివ్వకుండా మళ్లీ అన్నాడు : 'అవును, అదంతా నిజమే కామ్రేడ్! కాని ఈ విప్లవం కోసం మీరేమి చేస్తున్నారు?"

అతని చూపు అచ్చంగా ఎక్స్‌రేలాగానే వుంది. గత పదేళ్ళల్లోనూ నేను చేసిన చర్యలన్నిటినీ అతడు స్పష్టంగా చూసినట్టే అనిపించింది నాకు. ఇక నేను తట్టుకోలేక పోయాను. తప్పుచేసిన పిల్లాడిలా తల దించేసుకున్నాను. మాట్లాడటానికి ప్రయత్నించాను. కాని కార్యం లేకపోయింది. అక్కడ నిలవలేక వెనక్కి తిరిగి వచ్చేశా."

కొద్ది రోజుల తర్వాత, అతడు ఈ విప్లవంలో చేరాడు, సోవియట్ కార్యకర్త అయాడు.

11. లెనిన్ నిష్కాపట్యమూ, అవాస్తవం పట్ల అసహ్యమూ

లెనిన్ శక్తిలో వున్న ఒక రహస్యం – అతని అమోఘమైన నిష్కాపట్యం. స్నేహితులతో అతడు మనసిచ్చి మెలగేవాడు. ఎవరైనా తన పక్షాన చేరితే ఎంతైనా సంతోషపడేవాడు. కాని పని పరిస్థితులను గానీ, భావి అవకాశాలను గానీ ఆకర్షణీయంగా చిత్రించడం వల్ల ఒక్క వ్యక్తినైనా సరే తన పక్షంలో చేర్చుకొనేవాడుకాదు. ఇందుకు విరుద్ధంగా, పరిస్థితులను ఉన్నవాటికంటే మరింత నిరాశాజనకంగా చిత్రించడమే అతనికి పరిపాటి. లెనిన్ ఉపన్యాసాలలో చాలా వాటి సారాంశం ఇలా వుండేది: "బోల్షివిక్‌ల గమ్యస్థానం ఎంతో దూరానా – మీలో అనేకులు కలలో సహితం అనుకోనంత దూరాన వుంది. రష్యాని మనం కంటక పథాన నడిపించాం. కాని మనం అనుసరించుతూన్న మార్గం మనకు మరింత హెచ్చుమంది శత్రువులనూ, మరింత అధికమైన క్షుద్బాధనూ

తీసుకువస్తుంది. గతం కష్టభూయిష్టంగానే వుండినప్పటికీ, ఇంతకంటెనూ - మీరు ఊహించుకున్న దానికంటెనూ - కఠినమైన కష్టాలనే వాగ్దానం చేస్తూంది భవిష్యత్తు.” ఆకర్షణీయమైన వాగ్దానమేమీ కాదు, ఆయుధాలు చేతబూనండి అనే మామూలు పిలుపేమీ కాదు! అయినప్పటికీ, గాయాలనూ కారాగృహాన్నీ మృత్యువునూ వాగ్దానం చేస్తూ వచ్చిన గరిబాల్డి చుట్టూ ఇటాలియన్లు ఎలా చేరారో అలాగే లెనిన్ చుట్టూ రష్యన్లు చేరారు. ఉద్యమానికి పిలుపు అంతరంగం నుండి రావలసిందే అని దానిని అంతరంగానికే వదిలి పెట్టాడాయన.

తన బద్ధశత్రువుల పట్ల సహితమూ లెనిన్ నిష్కపటంగా ప్రవర్తించుతాడు. ఇతని అపూర్వ నిష్కాపట్యం గురించి ఇంగ్లీషువాడొకడు వ్యాఖ్యానిస్తూ, శత్రువు పట్ల ఇతని వైఖరి ఇలా వుంటుందంటాడు : “వ్యక్తిగతంగా మీమీద నాకు ఏమీలేదు. కాని రాజకీయంగా మీరు నా శత్రువులు. అందుచేత మిమ్మల్ని నాశనం చేసేందుకు నాకు దొరికే ప్రతి ఆయుధాన్నీ నేను ఉపయోగించి తీరాల్సిందే. మీ ప్రభుత్వమూ నామీద ఇలాగే చేస్తుంది. ఇది అర్థం చేసుకున్న తరువాత, మనకి ఎంతవరకూ పొసుగుతుందో ఇహ చూద్దాం.

ఈ నిష్కాపట్యం అతని బహిరంగోపన్యాసాలన్నిటిలోనూ ప్రత్యక్షంగా కనబడుతూనే వుంటుంది. రాజ్యదురంధరుడైన రాజకీయవేత్తకుండే మామూలు సరుకు - ప్రగల్భాలు, తళుకులొత్తే వాక్ప్రవాహం, విజయ విజిగీషా మనస్తత్వం - అతనిలో లేదు. అతడు పట్టుబట్టి ప్రయత్నించుదామనుకున్నా ఇతరులను వంచించలేడు. మరి ఈ కారణాలచేతనే - శాస్త్రయుక్తమైన అతని మనోవైఖరి, వాస్తవ విషయాల పట్ల అతనికున్న తీవ్ర కాంక్ష కారణం చేతనే - ఆత్మవంచన కూడా అతనికి చేతకాదు.

అతని సమాచార సేకరణ మార్గాలు అన్ని దిక్కుల నుండి వచ్చి, లెక్కకు మించిన వాస్తవ విషయాలను అతనికి అందిచ్చాయి. వీటినతడు పరిశీలించి, గాలించి విశ్లేషించాడు. ఆ తరువాత వ్యూహకర్తగా, సామాజిక మూలద్రవ్యాలతో పనిచేసే రసాయన శాస్త్ర ప్రవీణునిగా, గణిత శాస్త్రజ్ఞునిగా వీటినతడు ఉపయోగించాడు. ఏ విషయాన్నయినా సరే అతడిలా సమీపించుతాడు :

“మనకి అనుకూలంగా వున్న వాస్తవ విషయాలు ఇవి : ఒకటి, రెండు, మూడు, నాలుగు - అని వాటిని లెక్కపెట్టి సంక్షిప్తంగా వివరించుతాడు. మనకి వ్యతిరేకంగా వున్నవి ఇవి...”

అదే విధంగా వాటిని లెక్కపెట్టి వివరించుతాడు: "ఒకటి, రెండు, మూడు, నాలుగు - ఇంతేనా, ఇంకా మరేవేనా వున్నాయా?" అని అడుగుతాడు. ఏవైనా వుండి వుంటాయేమో అని మనం బుర్రకొట్టుకుంటాం, కాని మనం ఎంత బుర్రకొట్టుకున్నా సాధారణంగా ఏమీ ప్రయోజనం వుండదు. ఇటువైపూ వున్న విషయాలను - అనుకూలమైనవాటినీ, ప్రతికూలమైనవాటినీ - అతడు విపులంగా వివరించి, గణితశాస్త్ర సమస్యను తేల్చేటట్టుగా లెక్కలు వేయడం మొదలు పెడతాడు.

వాస్తవ విషయాన్ని ప్రస్తుతించడంలో ఇతడు విల్సన్*కి కేవలం వ్యతిరేకం. పదశిల్పిగా విల్సన్ అన్ని విషయాలనూ ఉజ్వల పదజాలంతో బంగారుపూత పూసి, ప్రజల కళ్లను మిరుమిట్లు గొల్పి వారిని మంత్రముగ్ధులను జేసి, విషయానికి సంబంధించిన వాస్తవాలూ మొండి ఆర్థిక యథార్థాలూ వారికి కనపడకుండా వారి కళ్లు కప్పేస్తాడు. కత్తిపట్టుకున్న శస్త్రవైద్యుడు లెనిన్. సామ్రాజ్యవాదుల మహోజ్వల పదజాలం వెనుక దాగున్న సామాన్య ఆర్థిక కారణాలను వెలికితీస్తాడు. రష్యన్ ప్రజకు వారు చేసిన ప్రకటనలను బట్టబయలు చేసి, వారి చక్కని వాగ్దానాల చాటునున్న దోపిడిదార్ల క్రూర దురాశాపూరిత హస్తాలను చూపిస్తాడు.

మితవాద పదజాలవేత్తల పట్ల అతడు ఎంత నిర్దాక్షిణ్యంగా వుంటాడో, వాస్తవం నుంది పారిపోయి విప్లవ నినాదాల శరణుజొచ్చిన వామపక్షపు పదాడంబరం పట్ల కూడా అంత నిర్ధాక్షిణ్యంగానూ వుంటాడు. "విప్లవ ప్రజాస్వామ్య వక్తృత్వపు మధుర జలాలలో పులుపూ, పిత్తమూ పోయడం" తనకు విధాయకమని అతడు భావించుతాడు. అందుచేతనే, అతడు భావలాలసులనూ, నినాదాలను బొబ్బరించేవారిని వెటకారాలతో వాతలు పెడతాడు.

అరుణ రాజధానిపై జర్మన్లు తమ పురోగమనాన్ని సాగించుతూన్న రోజుల్లో రష్యా దేశపు నాలుగు చెరగుల నుండి ఆశ్చర్యమూ, భీతి, ఆగ్రహమూ వెలిబుచ్చుతూ టెలిగ్రాముల వరద స్మోల్నిలోకి వచ్చిపడింది. "అజేయమైన రష్యన్ శ్రామికవర్గం చిరకాలం వర్థిల్లాలి!" "సామ్రాజ్యవాద దోపిడి దొంగలు నశించాలి!" "విప్లవ రాజధానిని మా చిట్టచివరి నెత్తురు బొట్టుతో రక్షిస్తాం!" - ఇటువంటి నినాదాలతో ఆ టెలిగ్రాములు ముగిసేవి.

లెనిన్ వాటిని చదివి, పెట్రోగ్రాడ్‌కు విప్లవ పదజాలాలను దయచేసి పంపవద్దనీ, సైనిక బలాలను పంపవలసిందనీ, అంతేకాకుండా సేనలో చేర్చుకున్న స్వచ్ఛంద సైనికుల

---

* విల్సన్ - 1913 - 1921లో అమెరికా సంయుక్త రాష్ట్రాల అధ్యక్షుడు.

ఖచ్చిత సంఖ్య తెలుపాల్సిందనీ, ఆయుధాలూ మందుగుండు సామగ్రి, ఆహార పరిస్థితులపై ఖండితమైన నివేదిక పంపాల్సిందనీ అన్ని సోవియట్లకీ టెలిగ్రాములు పంపించాడు.

12. సంక్షోభ సమయంలో లెనిన్ క్రియాశీలత

ఇటు జర్మన్ల పురోగమనంతో పాటు అటు విదేశీయుల పలాయనం ప్రారంభమైంది. "హూణులను చంపండి!" అని ఇదివరకు దాకా గొంతుక చించుకుని అరచిన వారే, హూణులు తుపాకి కాల్పుల మేరకు వచ్చేసరికి ముందువెనుకలు చూడకుండా తోకముడుచుకుని పారిపోవడం చూసి రష్యన్లు ఆశ్చర్యపడ్డారు. ఈ హెజీరాలో నేనూ పాల్గొని వుంటే బాగుండిపోనూ, కాని ఆనాడు శకటం ఎక్కి నేను చేసిన ప్రతిజ్ఞ ఇప్పుడు ఎదురై కూచుంది. అందుచేత ఎర్రసైన్యంలో చేరేందుకని బయల్దేరాను. నేను లెనిన్ని చూడాల్సిందని వామపక్షపు బోల్షివిక్ బుహారిన్ పట్టుబట్టాడు.

"నా అభివందనలు! నా శుభాకాంక్షలు!" అన్నాడు లెనిన్ నన్ను చూసి. "ఈనాడు మా పరిస్థితి మహా గడ్డుగా వున్నట్టే కనబడుతూంది. పాత సైన్యం యుద్ధం చేయనంటూంది. కొత్త సైన్యం చాలామటుకు ఇంకా కాగితం మీదనే వుంది. ప్రతిఘటన లేకుండానే ప్స్కోవ్ నగరం ఇప్పుడే శత్రువుకు లొంగిపోయింది. ఇది మహాపరాధం. ఆ నగర సోవియట్ అధ్యక్షుణ్ణి గుండేసి కాల్చేయ్యాల్సిందే. మా కార్మికులలో త్యాగానికి శౌర్యానికీ ఏ లోటూ లేదు. కాని మిలిటరీ తర్ఫీదూ క్రమశిక్షణా లోపించాయి" అన్నాడు.

ఈ విధంగా సుమారు ఇరవై చిన్న చిన్న వాక్యాలలో పరిస్థితిని సంగ్రహంగా వర్ణించి చివరికి : "నాకు శాంతి ఒక్కటే కనబడుతూంది. అయినప్పటికీ ప్రజా కమిస్సార్ల కమిటీ యుద్ధం చేస్తానంటుందేమో. ఏది ఏమైనప్పటికీ, మీరు విప్లవ సైన్యంలో చేరినందుకు నా అభినందనలు! రష్యన్ భాషతో మీ యుద్ధం తరువాత, జర్మన్లతో యుద్ధానికి మీరు మంచి తర్ఫీదులోనే వుండాలి మరి! అన్నాడాయన. అలా అని కాస్సేపు ఆలోచించాడు.

"ఒకే ఒక విదేశీయుడు ఏమంతగా యుద్ధం చేయలేకపోతాడు వెంటనే కానిచ్చాడన్నమాటే. అక్కడున్న టెలిఫోన్ తీసి సోవియట్ కమాండర్-ఇన్-చీఫ్ క్రిలేంకొని పిలిచాడు. కాని అతడు దొరకలేదు. అతడు దొరకకపోవడంతో, లెనిన్ కలం తీసి గబగబా అతడి పేర ఒక చీటి రాశాడు.

రాత్రికల్లా ఇంటర్నేషనల్ లీజన్* ఏర్పాటు చేసి, విదేశ భాషలు మాట్లాడే వారినందరినీ ఈ కొత్త పటాలంలో చేరవలసిందని పిలుపు ఇచ్చాం. ఈ విషయాన్ని లెనిన్ అంతటితో వదలిపెట్టలేదు. అలసట అనక, విసుగు అనక తరువాత చేయాల్సిన తతంగం యావత్తూ సవివరంగా కడవెళ్ళా పూర్తిచేశాడు. "ప్రావ్ద" ఆఫీసుకి రెండుసార్లు టెలిఫోన్ చేసి, మేం ఇచ్చిన పిలుపును రష్యన్‌లోనూ ఇంగ్లీషులోనూ అచ్చువేయాల్సిందని వారిని ఆదేశించాడు. ఆ తరువాత టెలిగ్రాఫు ద్వారా ఈ పిలుపును దేశమంతటా అందించమన్నాడు. యుద్ధాన్నీ, యుద్ధాన్ని గురించిన విప్లవ పదజాల మైకంతో మైమరచుతూన్న వారిని ప్రత్యేకంగానూ తాను వ్యతిరేకించుతూనే యుద్ధానికై సిద్ధంగా వుండేందుకని ఈ విధంగా లెనిన్ అన్ని శక్తులనూ తరలించాడు.

విప్లవ ప్రతిఘాత సేనా సిబ్బందిలో ఒక భాగాన్ని పెట్రోగ్రాడ్‌లోని పీటర్ అండ్ పాల్ దుర్గంలో బందీలుగా వుంచారు. వీరిని తన దగ్గరకు తీసుకురావలసినదిగా వారి కోసం ఒక కారు పంపమని లెనిన్ ఉత్తర్వు చేశాడు.

ఆ జనరల్సు తన కచేరీ గదిలోకి వచ్చిన తరువాత, వారితో లెనిన్ : "అయ్యా! నిపుణుల సలహా కోసమని మిమ్మల్ని రప్పించాను" అన్నాడు. "పెట్రోగాడ్ ప్రమాద స్థితిలో వుంది. దాని రక్షణకు అవసరమైన మిలటరీ రప్పించాను" అన్నాడు. పెట్రోగ్రాడ్ ప్రమాదస్థితిలో వుంది. దాని రక్షణకు అవసరమైన మిలటరీ ఎత్తుగడలను దయచేసి రూపొందించుతారా? అని వారిని అడిగాడు లెనిన్. అందుకు వారు ఒప్పుకొన్నారు.

"మా సేనాబలాలు ఇక్కడున్నాయి" అంటూ ఎర్రసైన్యాలూ, మందుగుండు సామాన్లూ, అదనపు బలాలూ వున్న స్థానాలను అక్కడున్న మ్యాపు మీద చూపెట్టి : "ఇహ, ఇదిగో ఇవీ – శత్రు సైనికులాల సంఖ్య గురించీ, వాటి స్థానాల గురించీ మా కందిన రిపోర్టులు. మీకు ఇంకా మరే భోగట్టా కావాల్సినా అడగండి!" అన్నాడు లెనిన్.

వారు పని ఆరంభించి సాయంకాలానికల్లా తమ సమాలోచనలు పూర్తి చేసుకుని పర్యవసానం లెనిన్‌కి అందిచ్చారు. అందించుతూ : "ఇప్పటికంటే మరికొంత సదుపాయమైన బసలు దయచేసి ఏర్పాటు చేయించండని ప్రధానిని మేమిప్పుడు కోరుతున్నాం" అని ఆ జనరల్స్ కల్గేటట్టు అన్నారు.

---

* అంతర్జాతీయ దళం

"నాకు విచారంగా వుంది" అని ప్రత్యుత్తరమిచ్చాడు లెనిన్, "ఆ విషయం తరువాత చూద్దాం లెండి. ఇప్పుడు మాత్రం కాదు. అయ్యా, మీ బసలు సదుపాయంగా వుండకపోవచ్చు. కాని వాటికి ఓ సుగుణం వుంది – అవి చాలా సురక్షితమైనవి సుమండీ!" అన్నాడాయన. ఆ సాయంకాలమే ఆయన ఆ జనరల్స్‌ని పీటర్ అండ్ పాల్ దుర్గానికి తిరిగి పంపించేశాడు.

13. లెనిన్ - రాజకీయ ప్రవక్త

రాజనీతి దురంధరుడుగా, దార్శనికుడుగా లెనిన్‌కున్న మహిమ ఏ నిగూఢ అంతర్ జ్ఞానం వల్లనో, లేక భవిషత్కథన శక్తి వల్లనో ప్రాప్తించినది కాదనీ, ఏదైనా సరే ఒక సంగతికి సంబంధించిన వాస్తవ విషయాలన్నిటినీ సేకరించి, అటు తరువాత వాటిని ఉపయోగించగల సమర్థత ఫలితంగానే కల్గిందనీ మనకి స్పష్టంగా తెలుస్తుంది. ఈ సమర్థతను "పెట్టుబడిదారీ విధానాభివృద్ధి" అనే తనే గ్రంథంలో అతడు నిరూపించాడు. ఆ గ్రంథంలో రష్యాలోని రైతులలో సగం భాగం శ్రామికులుగా దిగజారిపోయారనీ, వారికి కొంత భూమి వున్నప్పటికీ, వాస్తవానికి వారు "గోష్పాదమంత మడిచెక్క వున్న కూలివాళ్లే" అనీ అతడు నొక్కి చెప్పి, ఆనాటి ఆర్థికాభిప్రాయాన్ని సవాలు చేశాడు. ఇంత కచ్చితంగా నొక్కి చెప్పడానికి ఎంతైనా ధైర్యసాహసాలుండాలి. అయినప్పటికి అది నిజమని ఇటీవల సంవత్సరాలలో జరిగిన పరిశోధన పూర్తిగా దృఢపరచింది. ఇది లెనిన్ కేవలం ఊహించి ఉజ్జాయింపు మీద చెప్పినది కాదు. జేమ్‌స్త్వో* తదితర రంగాలకు చెందిన గణాంక శాస్త్రీయ సంఖ్యలను సవిస్తరంగా సేకరించి గుప్పించిన మీదట అతడు తేల్చిన పర్యవసానమిది.

లెనిన్ ప్రతిష్టకు మూలం ఏమిటి? – అనే విషయం గురించి ఒకనాడు పీటర్స్‌తో చర్చించుతూండగా అతడిలా అన్నాడు : "పరిస్థితిపై తన విశ్లేషణను ఆధారంగా కల్గినట్టి నిర్దిష్ట ప్రతిపాదనలను మా పార్టీ సమావేశాల్లో లెనిన్ తరుచుగా చేసేవాడు. వాటిని మేం తిరగ్గొట్టేసేవాళ్ళం. తరువాత తేలిపోయేది – లెనిన్‌దే ఒప్పు అనీ. మాదే తప్పు అనీ" ఎత్తుగడల ప్రశ్నపై లెనిన్‌కి, ఇతర సభ్యులకీ పార్టీలో హోరాహోరీ పోరాటాలు జరిగాయి. ఈ పోరాటాల్లో లెనిన్ వెలిబుచ్చిన అభిప్రాయాలే సరైనవని దరిమిలా సంఘటనలు మొత్తం మీద రుజువు చేశాయి.

---

* విప్లవానికి పూర్వం రష్యాలో వుండిన స్థానిక పరిపాలనా సంస్థలు.

ఆ రోజుల్లో ప్రతిపాదించబడిన నవంబరు విప్లవ విజయం అసాధ్యమని కామెనెవ్, జినోవివ్ ఇత్యాది ప్రముఖ బోల్షివిక్ నాయకులు అభిప్రాయపడ్డారు. "అపజయం అసాధ్యం" అన్నారు లెనిన్. లెనిన్‌దే నిజమైంది. బోల్షివిక్‌లు ఒక చర్య తీసుకున్నారు. దానితో ప్రభుత్వ శక్తి వారి చేతిలోకి వచ్చిపడింది. ఇది ఇంత సులభంగా సిద్ధించడం చూసి బోల్షివిక్‌లే అందరికంటే హెచ్చుగా ఆశ్చర్యపడ్డారు.

అధికార శక్తిని చేజిక్కించుకున్నా, దానిని మనం నిలబెట్టుకోలేం - అన్నారు. బోల్షివిక్ నాయకులలో కొందరు. "ఏ రోజు కారోజు మనకు కొత్త సత్తువ వచ్చి చేరుతుంది" అన్నాడు లెనిన్. లెనిన్‌దే నిజమైంది. నాలుగు వైపుల నుండీ ముట్టడించి చక్రబంధంలో ఇరికించిన శత్రువులతో రెండేళ్ళపాటు యుద్ధం చేసిన తరువాత సోవియట్ ఇప్పుడు అన్ని యుద్ధ శ్రేణులలోనూ పురోగమించుతూంది.

జర్మన్లకు ఎప్పటికప్పుడు ఎర చూపెడుతూ, వారితో సంప్రదింపులు సాగదీస్తూ, సంధి పత్రంపై సంతకం చేయడానికి నిరాకరించుతూ వారిపై ట్రాట్స్కీ తన ఇంద్రజాలపు ఎత్తుగడలు ప్రయోగించుతూ వచ్చాడు. "వారితో చెలగాటం వద్దు. వారు ఇయ్యజూపిన సంధి ఎంత అధ్వానంగా వున్నప్పటికీ దానిమీద సంతకం చేయడం, లేకుంటే అంతకంటే అధ్వానమైన సంధిపైనే మనం సంతకం చేయాల్సి వస్తుంది" అన్నాడు లెనిన్, లెనిన్ మాటే మళ్లీ నిజమైంది. బ్రెస్ట్ లితోవ్‌స్క్ సంధిపైన - అశ్లీలమైనట్టి - "బందిపోటు దొంగ విధించినట్టి" సంధిపైన - రష్యన్లకు సంతకం చేయక తప్పింది కాదు.

1918 వసంతకాలంలో, జర్మన్ విప్లవమనే భావాన్నే యావత్తు ప్రపంచమూ హేళన చేస్తుండగానూ, ఫ్రాన్స్‌లో మిత్రరాజ్యాల యుద్ధ శ్రేణిని కైజర్ సేన తుక్కు తుక్కు కింద రేగగొట్టుతున్న రోజుల్లోనూ నాతో ఒక సంభాషణలో లెనిన్, "ఈ ఏడాది తిరిగే లోపల కైజర్ పడిపోవడం తప్పదు. అది మాత్రం ముమ్మాటికీ నిశ్చయం" అన్నాడు. ఈ సంభాషణ ! జరిగిన తొమ్మిది నెలల తరువాత తన సొంత ప్రజల దాడికే కైజర్ పలాయనం చిత్తగించాడు..

లెనిన్ జోస్యాలు నిజమయ్యాయని తదుపరి జరిగిన సంఘటనలు ఎంతో తరుచుగా రుజువు చేయడం వల్ల భవిష్యత్తు గురించి అతని అభిప్రాయం, ఎంత కాదన్నా ఆసక్తిదాయకంగా ఉండి తీరుతుంది. పత్రికా విలేకరి నౌడో లెనిన్‌తో జరిపినట్టి, 1919 ఏప్రిల్‌లో ప్యారిస్ వార్తాపత్రిక "Temps" ("టెంప్స్") లో అచ్చుపడినట్టీ ప్రసిద్ధి చెందిన ఇంటర్వ్యూ ఇదిగో చదవండి.

ప్రపంచ భవిష్యత్తా?" అన్నాడు లెనిన్, "నేను ప్రవక్తను కాదు. అయినా, ఇది మాత్రం నిశ్చయం : ఇంగ్లండు ఒక నమూనా అవుతున్న పెట్టుబడిదారీ రాజ్యం అంతరించి పోతుంది. పాత వ్యవస్థకి అవసానదశ ప్రాప్తించింది. యుద్ధం నుండి సంభవించిన ఆర్థిక పరిస్థితులు కొత్త వ్యవస్థ దిశగా సాగిపోతున్నాయి. మానవజాతి పరిణామం సోషలిజానికే అనివార్యంగా దారితీస్తుంది.

"అమెరికాలో రైల్వేల జాతీయకరణ సాధ్యమని కొద్ది సంవత్సరాల క్రితం ఎవరైనా నమ్మగల్గి వుండేవారా? మరి, దేశానికి పూర్తిగా లాభకరంగా వుండేందుకని తిండి గింజలు యావత్తునీ రిపబ్లిక్ కొనడం మనం చూడనే చూశాం. రాజ్యాంగ యంత్రానికి అదేమీ కూడా దాని పరిణామానికి అడ్డురాలేదు. లోపాలను బాగుచేయడానికి కొత్త కంట్రోలు సాధనాలను సృజించడమూ కల్పించడమూ అవసరమనేది నిజమే. అయినప్పటికీ రాజ్యాంగ యంత్రం సంపూర్ణ ప్రభుత్వము కాకుండా వుండేందుకు అడ్డుపెట్టే ప్రయత్నాలన్నీ నిరర్థకాలే అవుతాయి. ఎందుకంటే అనివార్యమైనది ఎలాగూ జరిగి తీరుతుంది. దాని గతిభారం కారణంగానే అది జరుగుతుంది. 'పిండివంట రుచి తింటేనే తెలుస్తుంది' అంటారు. ఇంగ్లీషువాళ్లు. సోషలిజమనే పిండివంట గురించి మీరు ఏమన్నా అనండి, దానినే అన్ని దేశాలూ మరింత మరింతగా సేవిస్తాయి.

"సంగ్రహంగా చెబుతాను. ప్రతి మానవ సమాజమూ సోషలిజం అభిముఖంగానే తన ప్రత్యేక మార్గాన సాగిపోతూంటుందని అనుభవం రుజువు చేస్తున్నట్టు కనబడుతుంది. దానిని లెట్‌లండ్ దేశస్థులు సహితం రష్యన్లకంటే భిన్న రీతిని సాధించుకున్నారు. రకరకాల తాత్కాలిక రూపాలు వైవిధ్యాలూ ఎన్నో వుంటాయి. కాని అవన్నీ ఒకే లక్ష్యానికి దారితీసే విప్లవం యొక్క భిన్న భిన్న దశలే. ఫ్రాన్సులో గాని, జర్మనీలో గాని సోషలిస్టు ప్రభుత్వం స్థాపించబడిదంటే, దానిని శాశ్వతంగా స్థిరపరుచుకోవడం రష్యాలోకంటే సులభమవు తుంది. ఎందుచేతనంటే సోషలిజానికి, రష్యాలో దొరకని అధార నిర్మాణాలూ, ఆర్గనైజేషన్లు రకరకాల మేధావి సహాయ సంస్థలూ విషయ సామగ్రీ పాశ్చాత్యంలో దొరుకుతాయి."

14. ప్రవీణులపట్ల లెనిన్ వైఖరి

"బోల్షివిక్ ఒక్కడున్నాడంటే వాడితో పాటు ముప్పైతొమ్మండుగురు పోకిరీ వెధవలూ అరవైమంది తెలివితక్కువ దద్దమ్మలూ వుంటారు." కర్ణాకర్ణిగా బహుశ

ప్రచారంలోకి వచ్చిన ఈ వాక్యం. ప్రజారాశుల పట్ల మనుష్య ద్వేష సహజమైన అపనమ్మకాన్ని చూపే హేమా హేమీ పెట్రీషియన్ మాదిరిగా లెనిన్‌ని చిత్రించేందుకు ప్రయత్నించుతూ, అతని నోటినుండే వచ్చినట్టుగా అతనికి అంటగట్టడం జరిగింది. చిత్రమైన ఈ నేరాన్ని అతని మీద మోపేందుకని పదిహేనేళ్ళనాటి వివరణ ఒకదానిని తవ్వి తీయడం జరిగింది. ఆ వివరణ ఇలా అంటుంది. కార్మిక వర్గాలు తమంతటత తాముగా కేవలం ట్రేడ్ యూనియన్ చైతన్యాన్నే - అనగా ఆర్గనైజేషము, 'యజమానిపై సమ్మెకట్టూ, ఎనిమిది గంటల పనిదినమూ వంటి భావాన్నే - అభివృద్ధి చేశాయి. కాని కార్మికులు సోషలిస్టు భావాలు చాలా మటుకు బాహ్యం నుండే, మేధావుల నుండే వచ్చాయి.

లెనిన్, సోవియట్ ప్రభుత్వమూ తమ చర్యలూ ఉత్తర్వులన్నిటిలోనూ మేధకి విలువ ఇస్తారనేది నిజమే. లెనిన్ ప్రతి రంగంలోనూ తన అభిప్రాయం కంటే ప్రవీణుని అభిప్రాయనికే హెచ్చు విలువనిస్తాడు. జార్ ప్రభుత్వం కింద పనిచేసిన జనరల్స్ సహితం మిలిటరీ వ్యవహారాల్లో ప్రవీణులే అని అతడు అంగీకరించి, వారి సలహాలు అర్థిస్తాడు. విప్లవ ఎత్తుగడల రంగంలో లెనిన్‌కి జర్మనీ దేశస్థుడైనా మార్క్స్ ప్రామాణికుడై వుండగా, ఉత్పాదక శక్తి రంగంలో లెనిన్‌కి జర్మనీ దేశస్థుడైన మార్క్స్ ప్రామాణికుడై వుండగా, ఉత్పాదక శక్తి రంగంలో అమెరికా దేశస్థడైన టెయలర్ అతడికి ప్రామాణికుడుగా వుండగా ప్రవీణుడైన అకౌంటెంటూ, పెద్ద ఇంజనీరూ, ఆయా కార్యరంగాలలోని ప్రవీణులూ - వీరి విలువ గురించి అతడు ఎల్లప్పుడూ ఒత్తి చెబుతుండేవాడు. సోవియట్ తన చుట్టుపట్ల వున్న యావత్తు ప్రపంచం నుండీ వారిని తన వద్దకు ఆకర్షించుకునే అయస్కాంతంగా వుండబోతుందని అతడు నమ్మాడు. తమ సృజనాత్మక శక్తుల క్రియాశీలతకు మరే ఇతర వ్యవస్థ కంటెనూ సోవియట్ వ్యవస్థనే మరింత విశాలతరమైన కార్యరంగంగా వారు భావించుతారని అతడు విశ్వసించాడు.

బ్రహ్మాండమైన తన రైల్వే లైన్లను నడిపించే కార్యంలో కంటే వాటికోసం పెట్టుబడిని చూసుకోవడమనే సమస్యలోనే హారిమన్ హెచ్చుగా నలిగిపోయాడంటారు. సోవియట్ వ్యవస్థలో అయివుంటే, కార్యనిర్వాహకం గురించి తప్ప పెట్టుబడిని చూసుకోవడం గురించి తన శక్తిని వృథా చేసుకునే అవసరం అతడికుండేది కాదు. ఎందుచేతనంటే కాంగ్రెస్‌లో మన ప్రతినిధికి మన రాజకీయాధికారాన్ని ఎలాగైతే మనం అప్పగించుతామో కేవలం అలాగే సోవియట్ల కింద ఆర్థికాధికారాన్ని ప్రధాన కార్యనిర్వాహకునికి అప్పగించడం జరుగుతుంది. రష్యాలో వున్న బ్రహ్మాండమైన వనరులను అతడు వినియోగించేందుకు అవన్నీ అతని చేతిలో వుంటాయి. అంతేకాకుండా,

ఇంజినీరుకైతేనేమి కార్యనిర్వాహకుని కైతేనేమి అతని బుద్ధిని వినియోగించేందుకు, సోవియట్ల కింద వున్న రష్యా తన బ్రహ్మాండ సంపదనే కాకుండా ఆ సంపదను ఉత్పత్తుల రూపంలోకి తెచ్చేందుకు ఉత్సాహశీలమూ సజీవమూ అయిన కార్మిక బలగాన్ని కూడా అతనికి ఇయ్యజూపుతుంది.

ఈ రెండవ పరిస్థితి పెట్టుబడిదారీ వ్యవస్థలో తటస్థించదు. కారణం: పెట్టుబడిదారీ వ్యవస్థలో కార్మికుడు తన పనిమిదకంటె తన కూలిడబ్బులమీదనే హెచ్చు ఆసక్తి కనబరుస్తూంటాడు. యజమానులూ కార్మిక బలగమూ నిరంతరమూ ఘర్షణ పడుతూనే వుంటాయి. సోవియట్ వ్యవస్థలో కార్మికుల శక్తియుక్తులు ఉత్పత్తి విభజన పోట్లాటలో వ్యర్థమయ్యే బదులు, మరింత అధికోత్పత్తిని సాధించడమనే కర్తవ్యం కోసం విడుదలవుతాయి. ప్రజారాసుల సృజనాత్మక శక్తులకు సోవియట్ ఇచ్చే పిలుపు నుండీ, అదే సమయంలో మేధావులకూ, ప్రతిభాశాలులకూ అది ఇచ్చే సంపూర్ణ స్వేచ్ఛ నుండి గొప్ప ఫలితాలు ఉద్భవించుతాయని లెనిన్ విశ్వసించాడు.

సామాజిక శక్తులను బేరీజు వేయడంలో లెనిన్ వివిధ తరగతులన్నిటి విలువనూ అంచనా కట్టాడు. విప్లవానికి ముందుకాలంలోనూ తరువాతనూ మేధావులకి వారి సముచిత స్థానం వారికి వుంటూనే వచ్చింది. విప్లవం శాశ్వతమూ సుస్థిరమూ అయ్యేందుకు వారు ఆందోళనకారులుగా సహాయపడగల్గారు. విప్లవం శాశ్వతమూ సుస్థిరమూ అయ్యేందుకు కౌశలమూ సాంకేతికమూ ఎరిగిన నిపుణులుగా వారు సహాయపడగల్గుతారు.

15. అమెరికన్ల పట్ల, పెట్టుబడిదార్ల పట్ల, రాయితీల పట్ల లెనిన్ వైఖరి

అమెరికన్ సాంకేతికులూ ఇంజనీర్లూ కార్యనిర్వాహకుల పట్ల లెనిన్‌కు ప్రత్యేకంగా గొప్ప గౌరవం వుండేది. ఇట్టివారు ఐదువందలమంది కావాలన్నాడు. అతడు, అదిన్నీ తక్షణమే కావాలన్నాడు. అంతేకాదు - అందరికీ ఇచ్చే జీతాలకంటె పెద్ద జీతాలే వీరికి ఇస్తానన్నాడు. అమెరికా పట్ల ఇతనికి చిత్రమైన మోజు వుందని, ఇతని మీద నిరంతరమూ విరుచుకుపడేవారు. అతని శత్రువులు రంధ్రాన్వేషణ చేస్తూ అతనిని "వాల్ స్ట్రీట్ బ్యాంకర్ల ఏజెంటు" అనేవారు. నిజమే - ఇహ వాగ్యుద్ధపు ఉద్రేకంలో తీవ్ర వామపక్షం అతని మొగం ముందే నింద మోపింది.

వాస్తవానికి కడమ దేశాలలో ఏ ఒక్క దేశపు పెట్టుబడిదారీ విధానం కంటెనూ కూడా అమెరికా దేశపు పెట్టుబడిదారీ విధానం ఏ విధంగానూ తక్కువ ఘోరకలి అని

అతడెన్నడూ భావించలేదు. కాని అమెరికా ఎంతో దూరాన వుంది. దానివల్ల సోవియట్ రష్యాకి ప్రత్యక్ష ప్రాణాపాయం ఏదీ వుండదు. మీదు మిక్కిలి సోవియట్ రష్యాకి అవసరమైన సరుకులనూ నిపుణులనూ అది ఇవ్వజూపింది కూడా. “మరి, అలాంటప్పుడు ప్రత్యేకపు ఒప్పందం ఒకటి ఆ దేశంతో చేసుకుంటే రెండు దేశాలకూ పరస్పరంగా లాభమే కదా? అన్నాడు లెనిన్.

కాని కమ్యూనిస్టు రాజ్యానికి పెట్టుబడిదారీ రాజ్యంతో లావాదేవీలు పెట్టుకుందుకు సాధ్యమవుతుందా? సామాజిక వ్యవస్థ యొక్క రెండు రూపాలు వొకదాని సరసను ఒకటి మనడానికి సాధ్యమవుతుందా? ఈ ప్రశ్నలనడిగాడు నౌడో లెనిన్‌ని.

“ఏమీ, ఎందుకు సాధ్యంకాదు?” అన్నాడు లెనిన్ “సాంకేతికులూ విజ్ఞాన శాస్త్రజ్ఞులు రకరకాల పారిశ్రామిక ఉత్పత్తులూ మాకు కావాలి. ఈ దేశానికున్న బ్రహ్మాండమైన వనురులను మా అంతట మేమే అభివృద్ధి చేసుకునే సామర్థ్యం మాకు లేదనే సంగతి స్పష్టంగా కనబడుతూనే వుందాయె. ఇటువంటి సందర్భాలలో, రష్యాలో వర్తించే సూత్రాలు మా దేశపు సరిహద్దుల వెలుపల వర్తించవనీ, వాటి స్థానే రాజకీయపు ఒప్పందాలు అవసరమవుతాయనీ ఒప్పుకొందుకు మాకు ఎంత మనస్కరించక పోయినప్పటికీ మేం ఒప్పుకొని తీరాల్సిందే. మా విదేశీ ఋణాల మీద వడ్డీని చెల్లించుదామనే మేం మనఃపూర్వకంగా ఆశించుతున్నాం. నగదు రూపంలో చెల్లించలేనప్పుడు, మాకు పుష్కలంగా వున్న తిండిగింజలూ, నూనె, అన్ని రకాల ముడి పదార్థాల రూపంలోనూ చెల్లించుతాం.

రష్యన్ సోవియట్ల ప్రధాన సూత్రాలు ఎల్లప్పుడూ పాటించబడాలనే షరతుపైన అడవుల రాయితీలనూ, గనుల రాయితీలనూ, అంటాంట్ రాజ్యాల పౌరులకు ఇవ్వడానికి మేం నిశ్చయించాం. అంతేకాకుండా అంటాంట్ రాజ్యాలలో కొన్ని రాజ్యలకు పాత రష్యన్ సామ్రాజ్యంలో కొంత భూభాగాన్ని దత్తం చేసేందుకు సహితం, నిజంగా సంతోషంతో కాకపోయినా విరక్తితోనే అనుకోండి, మేం ఒప్పుకొంటాం. ఇటువంటి రాయితీలను ఇంగ్లండ్, జపాన్, అమెరికా దేశాల పెట్టుబడిదార్లు ఎంతగానో కోరుతున్నారని మేం ఎరుగుదం.

“వెలికియ్ సేవెర్ని పూత్ – ఉత్తర మహా పథం – నిర్మాణానికి రాయితీని ఒక అంతర్జాతీయ సంఘానికి ఇచ్చాం. దీని గురించి మీరు విన్నారా? ఇది సుమారు 3,000* వెర్స్తల రైల్వే లైను – ఒనేగ సరస్సు సమీపాన వున్న పోరోక నగరం నుండి ప్రారంభమై

కొట్లస్ పట్నం మీదగా ఉరాల్స్ పర్వతాలు దాటి ఓబ్ నది వరకూ వెళ్తుంది. 80 లక్షలు హెక్టార్ల** విస్తీర్ణం కలిగి, ఇంకా ఆవిష్కృతం కాబడని రకరకాల గనులూ బ్రహ్మాండమైన మహారణ్యాలూ ఈ రైల్వే కన్‌స్ట్రక్షన్ కంపెనీవారి భూభాగం కిందకి వస్తాయి.

ఈ ప్రభుత్వ ఆస్తి ఒక నియమితకాలం వరకు, బహుశా ఎనభై యేళ్లవరకు, విడుదల చేయించుకునే హక్కుకు లోబడి, దత్తం చేయబడుతుంది. కంపెనీ నుండి కఠిన షరతులను వేటినీ మేము కర్కశించి కోరడంలేదు. ఎనిమిది గంటల పనిదినమూ, కార్మికుల ఆర్గనైజేషన్లచే కంట్రోలూ వంటి సోవియట్ చట్టాలను పాటించాల్సిందని మాత్రమే మేము అంటున్నాం. ఈ రాయితీలకీ, కమ్యూనిజానికీ ఆమడ దూరం వుందన్న విషయం నిజమే. దీనికీ మా ఆదర్శానికి ఎక్కడా పోలికే లేదు. ఈ ప్రశ్న మీద మా సోవియట్ పత్రికలలో వాగ్యుద్ధాలు జోరుగా చెలరేగుతున్నాయి కూడానూ. అయినప్పటికీ ఏదైతే అవసరమని పరివర్తన శకం నిర్దేశించుతుందో దానిని అంగీకరించడానికే మేం నిశ్చయించాం."

"అలాగైతే మరి" అన్నాడు నౌడో. విదేశీయ పెట్టుబడిదార్లు ఇక్కడ ఎదుర్కోవలసిన ప్రమాదాలు - తొలగించ వేయబడినట్టి వారికి కనబడనీ, ఎప్పటికైనా మరింత అధికం కావచ్చునేమో అని వారు భయపడాల్సినట్టి ప్రమాదాలు - వుంటూండగా, ఫైనాన్షియర్లు రష్యాకు వచ్చేందుకూ, నూతన ధనరాసులను రష్యా కబళించినా కబళించనీయండని చూస్తూ ఊరకుందుకూ తగినంత ధైర్యం వారికి వుంటుందనే మీరు నమ్ముతున్నారన్న మాట? స్వదేశం నుండి వచ్చిన సాయుధ బలాల రక్షణ వాళ్లకి లేనిదే ఇంతటి కర్తవ్యాన్ని వాళ్లు ప్రారంభించరు. విదేశీయులచే అటువంటి ఆక్రమణను మీరు అంగీకరిస్తారా?"

"అది కేవలం అనవసరం" అన్నాడు లెనిన్. ఎందుచేతనంటే, తను కట్టుబడి వుంటానని మాటయిచ్చిన షరతులన్నిటినీ సోవియట్ ప్రభుత్వం మనఃపూర్వకంగా పాటించుతుంది. అయితేనేం, అన్ని దృక్పథాల నుండి వచ్చిన అభిప్రాయాలు పరిశీలించబడవచ్చు.

---

* 1 వెర్స్త = 1066.8 మీ., లేక 3,500 అడుగులు.

* 1 హెక్టారు = 2.741 ఎకరాలు.

అమెరికాతో ఆర్థిక మిత్రత్వ విధానం కోసమని లెనిన్ చిచేరిన్‌లు, జర్మనీతో ఆర్థిక మిత్రత్వం కోసం పోరాటాన్ని నడిపించుతూన్న ఇంజనీరు క్రాసిన్‌తో హోరాహోరీ పోరు సాగించినట్టు 1919 జూన్‌లో మాస్కోలో జరిగిన సుప్రీం ఎకనామిక్ కౌన్సిల్ సమావేశపు నివేదికలు తెలుపుతున్నాయి.

16. శ్రామికుల మీద గొప్ప నమ్మకం

సహజంగానే లెనిన్ అభిప్రాయంలో విప్లవానికి చోదకశక్తీ, దాని ప్రాణమూ బలమూ శ్రామిక వర్గమే. నూతన సమాజం కోసం ప్రజా రాశుల మీదనే కేవలం ఆశపెట్టుకోవాలి. ఇది అప్పట్లో జనసమ్మతమైన అభిప్రాయం కాదు. అప్పట్లో సాధారణంగా ప్రచారంలో వున్న అభిప్రాయం రష్యన్ ప్రజారాశులను సుతరామూ భూమితో ముడిపడిపోయిన మోటు మనుషులు గానూ, శక్తియుక్తులులేక బద్ధకం బలిసిపోయి, రాతకోతలు తెలియక, కేవలం వోడ్క మీదనే లగ్నమై ఆదర్శరహితమై పట్టువిడవని ప్రయత్నానికి శక్తి లేక అంధకారంలో మునిగిన మనస్సులుగానూ చిత్రించేది.

"అజ్ఞానులైన" ప్రజారాశులను గురించి లెనిన్ అంచనా ఇందుకు కేవలం విరుద్ధం. వారి దృఢసంకల్పం, వారి పట్టుదల, త్యాగాలూ బాధ భరించేందుకు వారికి గల త్రాణ, బృహత్తర రాజకీయ భావాలను గ్రహించేందుకు వారికున్న సామర్థ్యం, వారిలో నిద్రాణంగా వున్న మహోనీయ సృజనాత్మక నిర్మాణాత్మక శక్తులు – వీటి గురించి అతడు ఏళ్ళ తరబడిని, ఇది సమయమూ ఇది సమయం కాదూ అనుకుండా, నిరంతరమూ నొక్కి చెబుతూండేవాడు. ప్రజారాశుల స్వభావం మీద ఇంత నమ్మకం వుండడం ఇంచుమించు తెంపరితనమేమో అనిపించుతుంది. రష్యన్ కార్మికుల మీద విశ్వాసంతో లెనిన్ ఉద్యమించిన సాహసాన్ని, ఘటలను ఎంతవరకూ సమర్థించాయి?

ఈ ప్రతులను కార్మికులకూ, రైతులకు పంచిపెట్టి : "దీని గురించి ఏమిటి మీ అభిప్రాయం?" అని అడిగేవారు.

"ఉపన్యాసం బాగానే వుంది లెండి" అని వాళ్లు మామూలుగా జవాబు చెప్పేవారు, "కాని ఇంతకు మించి మరేమీ కనబడదు అందులో, ఈ ఆదర్శాలన్నీ అధ్యక్షుడు విల్సన్ బుర్రలో వుండొచ్చు. కాని కార్మికుల చెప్పుచేతల్లో ప్రభుత్వం లేకపోతే మాత్రం శాంతి సంధిలో ఈ ఆదర్శాలేవీ వుండవు."

రష్యన్లు ఇలా అంటూండటం విన్న ప్రముఖ అమెరికన్ ప్రొఫెసర్ ఒకాయన వీరి అపనమ్మకానికి నవ్వాడు. తను ఆనాడు ఆ ఉపన్యాసాన్ని అంత సులువుగా నమ్మినందుకు ఆనాడీయన నవ్వుకుంటూ, వెనకబడివున్న రష్యాలో ఏ మారుమూల జిల్లాలలోనో ఏ చిన్న సోవియట్లలోనో పనిచేస్తూ "అంధకారంలో మునిగివున్న ప్రజలు" - అంతర్జాతీయ రాజకీయాలను తనకంటె చక్కగా ఎలా గ్రహించగల్గారా అని ఆశ్చర్యపడుతున్నాడు.

ప్రజారాశుల తక్షణ ప్రయోజనాలకు విజ్ఞప్తి చేస్తే చాలు, అంతకంటే మరేమీ అవసరం లేదు అనే అభిప్రాయంతో బ్రిటిష్ వారు పథకం తయారుచేసుకుని పనిచేశారు. ఎర చూపెట్టి ప్రజలను వశీకరణం చేసుకుందామనే ఉద్దేశంతో జామ్ డబ్బాలూ, విస్కీ సీసాలూ, మైదాపిండి బస్తాలతో బ్రిటిష్ వారు ఆర్కేంజల్‌లో దిగారు. పస్తు పడున్న ప్రజలు ఈ కానుకలు చూసి పొంగిపోయారు. కాని తమ కళ్లు కప్పడానికి ఇవన్నీ లంచాలనీ, ఈ సరుకుల మూల్యం రష్యా దేశపు సమగ్రతా స్వాతంత్ర్యమే అని వారెప్పుడైతే గ్రహించారో ఆ ఉత్తర క్షణంలో దండ యాత్రికుల మీద తిరగబడి వారిని దేశం నుండి తరిమేశారు.

రష్యన్ ప్రజారాశుల పట్టుదల మీదను, దృఢసంకల్పం మీదనూ లెనిన్ కుండిన నమ్మకాన్ని కాలం కూడా సమర్థించింది. 1917లో ప్రచారంలో వుండిన ఘోర జోస్యాలను ఈనాటి వాస్తవ విషయాలతో సరిపోల్చండి. "మూణ్ణాల్లే లెండి. ఆ తరువాత గుటుక్కుమంటాయి" అని సోవియట్ శత్రువులు కూతలు కూశారు. మూణ్ణాళ్ళు కాదు." ముమ్మారు గడిచాయి మూణ్ణాళ్ళు. ఒకప్పుడు కూశారు : "ఈ సోవియట్ల బతుక్కి మూడు వారాలే లెండి. అంతకంటే ఎక్కువ అక్కర్లేదు" అని. ఆ గడువు తీరా అయిపోయేసరికి, మళ్లీ కూత ఫిరాయించారు. ఈసారి మూడు వారాలల్లా ఆ కూత "మూణెల్ల"యింది. ఇప్పుడేమో మూణ్ణెల్లూ ఎనిమిదిసార్లు తిరిగి వచ్చేసరికి సోవియట్ శత్రువులు తమ ప్రోత్సాహకులకు ఇవ్వగల్గే ఉత్తమోత్తమ వాగ్దానం అంతా "మూడేళ్లు" అని తేలింది,

17. అంచనాలకు మించి విజయాలు

సోవియట్ ప్రభుత్వానికున్న బలానికి పట్టుదలకి మూలం, కొందరు అపోహ పడినట్టుగా, యావత్తు న్యాయాన్ని అతిక్రమించడంలోనూ, అతని గూఢమైన చిత్తచాంచల్యం

లోనూ లేదు. వీటికి ఆధారం – సరిగ్గా లెనిన్ చెప్పినట్టు – కార్మికులు కర్షకులు సాధించిన ఘనవిజయాలే.

ఆర్థిక రంగంలో – నార, అగ్గిపుల్లల ఉత్పత్తిలోనూ, రష్యాలో విస్తృతంగా వున్న పీట్ వనరుల ఉపయోగంలోనూ – వారు కొత్త విధానాలు ఆరంభించారు. విద్యుదుత్పాదక కేంద్రాల, ఎలక్ట్రిక్ స్టేషన్ల స్థాపన మొదలైన, బాల్టిక్ సముద్రమూ – వోల్గా నది మధ్య గొప్ప కెనాలు తవ్వకమూ, వందలాది మైళ్ల పొడవు రైల్వే లైన్ల నిర్మాణమూ, ఈ పరిధి లోపల వున్న బ్రహ్మాండమైన ఇంజినీరింగు ప్రాజెక్టులను వారు పూర్తి చేశారు.

మిలిటరీ రంగంలో, కార్మికులూ, కర్షకులు కఠినమైన సైనిక క్రమశిక్షణకు స్వచ్ఛందంగా లొంగి, ప్రపంచంలో మహా శక్తివంతములైన పోరాట యంత్రాలలో ఒకదానిగా ఎర్రసైన్యాన్ని రూపొందించారు. ఒక విశిష్టమైన మనోనిబ్బరానికి, సంకల్ప శక్తికీ ఈ శ్రామికులు కాణాచి. ఎల్లప్పుడూ ఒక అగ్రవర్గం యొక్క ప్రయోజనాల కోసమే ఇంతకాలం వరకూ వీరు పోరాడుతూ వచ్చారు. తొలిసారిగా ఇప్పుడు తమ సొంత ప్రయోజనాల కోసమూ, ప్రపంచంలోని పీడిత తాడిత ప్రజలందరి ప్రయోజనాల కోసమూ వీరు చైతన్యంతో పోరాడుతున్నారు.

కాని వైజ్ఞానిక రంగంలో ఈ ప్రజ – "అంధకారంలో మునిగివున్న ప్రజ" సాధించిన విజయాలే అన్నిటికంటెనూ అత్యంత అర్థగర్భితమైనవి. మానవునికి స్వేచ్ఛ ఇవ్వండి. అప్పుడతని సృజనాత్మక శక్తి ప్రపుల్లమవుతుంది. నూతన భావాల సజీవ స్పర్శ తగలడంతో పది కొత్త విశ్వవిద్యాలయాలు, దశ సహస్రాల కొద్దీ ప్రాథమిక పాఠశాలలూ లేచాయి.

ఎన్నో లోపాలను భరించుతున్నట్టి ప్రజారాశులు ఎంత శ్రమ పడ్డారో మనం పర్యాలోకించినప్పుడు ఈ విజయాలు ఎంత బృహత్తరమైనవో ఎంత అర్థగర్భితమైనవో మనకు మరింత తేటతెల్లమవుతుంది. హింసలపాలైన ప్రజ వీరికి వారసత్వంగా తిట్లతోనూ అదిరిపోయి, భయపడిపోయి, బీదగలి, హింసలపాలైన ప్రజ వీరికి వారసత్వంగా సంక్రమించింది. తమలో 20 లక్షల మంది దృఢగాత్రులను మహాయుద్ధం పొట్టన పెట్టుకుంది. మరో 30 లక్షల మందిని క్షతగాత్రులను గానూ, వికలాంగులను గానూ చేసి వేసింది. లక్షల్లో అనాథలనూ, గుడ్డివారినీ, చెవిటివారినీ, మూగవారినీ వీరికి వదిలి పెట్టింది. రైల్వేలు ధ్వంసమై పోయాయి, గనులు జలమయమయ్యాయి. ఆహారపు నిల్వలూ, ఇంధనపు నిల్వలూ ఇంచుమించు నిండుకున్నాయి. కోటి సైనికులను సేన నుండి విడుదల

చేయవలసిన కర్తవ్యం యుద్ధం వల్ల అస్తవ్యస్తమై విప్లవం వల్ల, ఇంకా నాశనం కాబడిన ఆర్థిక యంత్రాగంపైన వచ్చిపడింది. పుష్కలమైన పంట పండింది. కాని సైబీరియా పంట చేలకు చేరకుండా జపాను, ఫ్రాన్సు, బ్రిటన్, అమెరికాల దన్నుతో జెక్కులూ, ఉక్రేనియా పంట చేలకు చేరకుండా ఇతర విప్లవ ప్రతిఘాతకులు అడ్డం కొట్టారు. "ఇప్పుడు క్షామదేవత శల్యహస్తాలు ప్రజల పీకలను నులిమివేసి, వారికి బుద్ధి వచ్చేటట్టు చేస్తాయి" అన్నారు. వారు చర్చిని రాజ్యాంగ యంత్రం నుండి వేరు చేసినందుకు ప్రజలు మతం నుండి వెలివేయబడ్డారు. వీరిపై పాత ప్రభుత్వోద్యోగులు విధ్వంస కార్యాలు జరిపారు. వీరిని మేధావులు వదిలి పెట్టేశారు. వీరిపై మిత్ర రాజ్యాలు దిగ్బంధన ప్రయోగించాయి. వీరి ప్రభుత్వాన్ని కూలదోసేందుకు మిత్ర రాజ్యాలు బెదిరింపులు బెదిరించాయి. లంచాలు ఇచ్చాయి, హత్యలు చేయించాయి. ఎన్ని విధాల ప్రయత్నించాలో అన్ని విధాలా ప్రయత్నించాయి. పెద్ద పట్టణాలకు సరఫరాలు అందకుండా చేసేందుకని బ్రిటిష్ ఏజెంట్లు రైల్వే వంతెనలు పడగొట్టారు : ఇక ఫ్రెంచి ఏజెంట్లు తమ కాన్సులేట్లు ఇచ్చిన అభయపత్రాలతో వర్కుషాపులలో ప్రవేశించి రైల్వే ఇంజన్ల బేరింగులలో ఇసుక పోసి వాటిని నాశనం చేశారు.

ఈ వాస్తవ విషయాలను ముఖాముఖీ గమనించుతూ లెనిన్ ఇలా అన్నాడు. "అవును, మనకి శక్తివంతులైన శత్రువులున్నారు, కాని వారిని ఎదుర్కొనేందుకు మనకి శ్రామికుల ఇనుప దళాలు ఉన్నాయి. వీరిలో అత్యధిక సంఖ్యాకులు యధార్థమైన చైతన్యాన్ని ఇంకా సంపాదించలేదు. వీరింకా చురుకుగా లేరు. ఇందుకు కారణం స్పష్టంగా కనబడుతూనే వుంది కూడానూ. వీరు అలసిపోయి, ఆకలితో మాడుతూ నిస్త్రాణపడి వున్నారు. విప్లవం ఇంకా పైపైనే వుంది, కాని వీరికి విశ్రాంతి లభించడంతో వీరి మనస్తత్వంలో గొప్ప మార్పు వస్తుంది, ఇది గనుక సకాలంలో లభించిందంటే మాత్రం, సోవియట్ రిపబ్లిక్ రక్షించబడుతుంది."

లెనిన్ అభిప్రాయంలో 1917 నవంబరు ఉపాఖ్యానం - ప్రజారాశులు అమాంతము అధికారంలోకి రావడం - విప్లవం కాదు. కాని తమ నియుక్త కర్తవ్యాన్ని చైతన్యవంతంగా గుర్తెరగడమూ, క్రమశిక్షణను అలవరచుకుని సక్రమ కార్యాచరణకు పూనుకొనడమూ, సృజనాత్మక నిర్మాణాత్మక మహత్తర శక్తులను కార్యరంగంలోకి తీసుకురావడమూ - ఇది విప్లవమవుతుంది.

సోవియట్ రిపబ్లిక్ రక్షించబడుతుందని ఆ తొలిరోజుల్లో లెనిన్ ఎన్నడూ నిశ్చయంగా అనుకోలేదు. "మరొక్క పదిరోజులు గడుస్తే చాలు, ఇక పారిస్ కమ్యూన్

నిలబడినంత కాలమూ మనమూ నిలబడతాం!" అన్నాడు లెనిన్ విస్మయం వెలిబుచ్చుతూ. పెట్రోగ్రాడ్‌లో జరిగిన మూడవ అఖిల రష్యా కాంగ్రెస్ ప్రారంభోత్సవంలో లెనిన్ ఇలా అన్నాడు : "కామ్రేడ్స్! పారిస్ కమ్యూన్ డెబ్బై రోజులు నిలబడిందన్న సంగతి గుర్తుంచుకోండి. అంతకుమించి మరి రెండ్రోజులు గడిచాయి, అయినా మనం ఇంకా నిలబడే ఉన్నాం."

డెబ్బై రోజులు కాదు, డెబ్బై పదులు - ఏడువందల కంటే ఇంకా హెచ్చు రోజులే మహనీయ రష్యన్ కమ్యూన్ ఏకంగా ఒక శత్రు ప్రపంచాన్నే ఎదిరించి నిలబడింది. శ్రామికుల పట్టుదల, కార్యదీక్ష, దృఢసంకల్పమూ, వారి ఆర్థిక, నైతిక, సాంస్కృతిక అంతర్గత శక్తులూ - వీటి మీద అతనికి గొప్ప విశ్వాసం వుండేది. వారు సాధించిన విజయాలు అతని సమధికోత్సాహ విశ్వాసాన్ని సమర్థవంతంగా రుజువు చేయడం మాత్రమే కాదు - అతనికి సహితం ఆశ్చర్య కారణమవుతూండేవి.

18. లెనిన్ మాట అంటుండగా, రష్యన్ విప్లవం విజయవంతమైంది

ప్రపంచ రంగస్థలం పై ప్రధాన వ్యక్తిగా లెనిన్ రష్యాలో అవతరించే సరికి అతని గురించి పెద్ద వాగ్వాదపు తుపాను ఒకటి పెచ్చు పెరిగింది. భీతి చెంది హడలిపోయి వున్న బూర్జువా వర్గానికి అతడొక చిచ్చర పిడుగు, భయానకమైన ప్రకృతి మహోత్పాతానికి దుశ్శకునం, ప్రపంచాన్ని నాశనం చేసే ఘోరకలి.

యుద్ధానికి ఏనాడో ముందుగానే భవిష్యత్ తెల్పుతూ అదొక చిత్రంగా నిజం కింద తేలినట్టీ, తొల్‌స్తోయ్ మాటలుగా ప్రసిద్ధమైన జోస్యంలో పేర్కొనబడినట్టి మహనీయుడైన ఆ "మంగోలియా దేశీయ స్లావ్ వ్యక్తి" ఇతడని మర్మవాద మనస్కులు భావించారు. మహా యుద్ధం సంభవించుతుందనీ, ఫలానా కారణాల వల్ల ఫలానా స్థలంలో

---

* మొదటి ప్రపంచ యుద్ధంలో రష్యాలో యుద్ధఖైదీలుగా పట్టుబడిన జెక్, స్లోవాక్ సైనికులతో జెక్ యూనిట్లు ఏర్పాటు చేయబడ్డాయి. 1918 మే నెలలో సోషలిస్టు రివల్యూషనరీల, మెన్ షెవిక్‌ల క్రియాశీలమైన సహాయంతో ఫ్రెంచి, బ్రిటిష్, అమెరికన్ సామ్రాజ్యవాదులు వోల్గా ప్రాంతంలోనూ, సైబీరియాలోనూ వున్న జెక్ యూనిట్లచే విప్లవ ప్రతీఘాతపు తిరుగుబాటును లేవదీయించారు.

ఫలానా తేదీని అది ప్రజ్వరిల్లుతుందని చెబుతూ ఆ జోస్యం ఇంకా ఇలా తెలియజేసింది: "యూరప్ యావత్తూ నిప్పుల మంటల్లో మండిపోతూ నెత్తురు కార్చుకుంటూ నా కళ్ళ ఎదుట అవుపడుతూ వుంది. బ్రహ్మాండమైన యుద్ధ భూముల నుండి ఏడ్పులూ మొర్రలూ నాకు వినబడుతున్నాయి. కాని 1915లో ఉత్తరం నుండి వచ్చిన ఒక చిత్రమైన వ్యక్తి - ఒక కొత్త నెపోలియన్ - ఈ రక్తప్లావిత నాటకరంగం మీద ప్రత్యక్షమవుతాడు. అతడికి సైనిక శిక్షణ వుండదు. అతడు గ్రంథకర్తో, పత్రికా రచయితో. అయితేనేం - 1925 వరకూ యూరప్‌లో అత్యధిక భాగం అతని గుప్పిట్లోనే వుంటుంది."

అభివృద్ధి నిరోధకానికి పుట్టిల్లయిన చర్చికి లెనిన్ మానవావతారమెత్తిన అపర సైతానే. మత గురువులు రైతులను పవిత్ర ధ్వజచ్ఛాయల కింద పావనమూర్తుల విగ్రహాల చుట్టూ సమీకరించి, వారిని ఎర్రసైన్యం మీదకి నడిపించడానికి ప్రయత్నిస్తున్నారు. కాని: "అతడు సైతాను అయితే కావచ్చు. కాని అతడు మాకు భూమినీ, స్వేచ్ఛను ఇస్తున్నాడు. అలాంటప్పుడు అతడి మీద మేమెందుకు యుద్ధం చేయాలి?" అని రైతులు అంటున్నారు.

మామూలు మనిషి దృష్టికి లెనిన్ ఇంచుమించు అతీత మానవుడే. అతడే రష్యన్ విప్లవ నిర్మాత, సోవియట్ శక్తి స్థాపకుడు, రష్యా అని ఈనాడు అనిపించుకుంటూన్న యావత్తుకూ మూలకారణం. "లెనిన్‌ని, ట్రాట్స్కీని మీరు హత్య చేసేయండి, విప్లవాన్నీ సోవియట్ శక్తినీ మీరు హత్య చేసినట్టే" అంటాడు మామూలు మనిషి.

ఇటువంటి దృక్పథంతో గనుక చూసినట్లయితే, చరిత్ర మహాపురుషుల సృష్టిగా, మహా ఘటనలూ, మహా శక్తులు ఆనాటి మహా నాయకుల చేత నిర్ణయించబడినట్టివిగా భావించడమే అవుతుంది. ఒక యావత్తు శకం ఒకే ఒక పురుషునిలో మూర్తీభవించ వచ్చుననే విషయమూ, ఒక మహా ప్రజోద్యమం ఒకే ఒక వ్యక్తిలో కేంద్రీకృతం కావచ్చుననే విషయమూ వాస్తవమే. కాని కార్లైల్ అభిప్రాయం గురించి ఇంతకంటే ఎక్కువగా చెప్పేందుకు వీల్లేదు.

రష్యన్ విప్లవాన్ని ఒకే ఒక వ్యక్తిపైన గాని, కొందరు వ్యక్తులు కలిసి ఏర్పాటు చేసిన ఒకానొక గ్రూపుపైన గాని ఆధారపడినట్టిదిగా చరిత్రకు చెప్పిన ఏ వ్యాఖ్యానమైనా సరే మోసమే అవుతుంది. రష్యన్ విప్లవ భావి సౌభాగ్యం అతని గుప్పిట్లోనే వున్నదనే భావాన్ని గాని, లేదా అతని సహాయం చేతుల్లోనే వున్నదనే భావాన్ని గాని ఎవరైనా లెనిన్ దగ్గర వెలిబుచ్చి వుండినట్టయితే ఆ భావాన్ని అందరికంటే ముందు అతడే ఎగతాళి చేసి వుండేవాడు.

రష్యన్ విప్లవ భవితవ్యం, ఎక్కడనుండైతే అది ఉద్భవించిందో అక్కడ - ప్రజా రాశుల హృదయంలోనూ, హస్తాల్లోనూ వుంది, ఎట్టి శక్తుల ఒత్తిడులైతే ఆ రాశులను చలనంలోకి తీసుకువచ్చాయో అట్టి ఆర్థిక శక్తుల వెనుక అది దాగివుంది. శతాబ్దాలుగా ఈ రాసులు నెమ్మదిగా, ఓరిమితో, దీర్ఘ బాధలు అనుభవించుతూ వచ్చారు. రష్యా ఈ కొన నుండి ఆ కొన వరకూ విస్తరించివున్న ప్రదేశం మీద, మాస్కో ప్రాంతపు లోయలూ ఉక్రేనియా మైదానాల పైన, సైబీరియా మహానదుల తీరాన పేదరికపు కొరడా దెబ్బలు అనుభవించుతూ, మూఢవిశ్వాస శృంఖలాలతో బంధితులై, పశు జన్మకంటే ఏ మాత్రమూ మెరుగు కాని బతుకు వెళ్ళబుచ్చుతూ వీరు పాటుపడ్డారు. కాని అన్నిటికీ - పేదవారి ఓర్పుకి సహితం - ఒక అంతం వుంటుంది.

1917 ఫిబ్రవరిలో, ప్రపంచం నాలుగు చెరగులా ప్రతిధ్వనించిన ఫెళఫెళా రావంతో పట్నవాస కార్మికులు తమ శృంఖలాలను తెంచేసుకున్నారు. వీరి ఉదాహరణను యావత్తు సైన్యమూ - ఒక సేన వెంట ఒక సేన - అనుసరించింది. సైనికులందరూ తిరుగుబాటు చేశారు. ఇక అటు తరువాత, విప్లవం పల్లెటూళ్ళకి వ్యాపించి మరింత లోలోతులకి చొచ్చుకొనిపోయి, అన్నిటికంటెనూ వెనుకబడివున్న ప్రజా విభాగాలను సహితమూ విప్లవ భావంతో జ్వలింపజేసేసరికి, 16 కోట్ల మానవులతో - ఫ్రెంచి విప్లవంలో పాల్గొన్నవారి కంటే ఏడు రెట్లు ఎక్కువమంది మానవులతో - యావత్తు జాతి అట్టడుగు నుండి కలచివేయబడినట్టుగా కల్లోలితమై పోయింది.

మహత్తర దృశ్యంచే ఉత్తేజితమైన ఒక యావత్తు జాతి తన వెనుకటి జీవితానికి స్వస్తి చెప్పి ఒక్కుమ్మడిగా లేచి, మహా ప్రస్థానానికి - నూతన వ్యవస్థ నిర్మాణానికి - కదలింది. శతాబ్దుల కాలక్రమంలో మానవాత్మ ఉద్యమించిన చలనాలన్నిటిలోనూ మహాద్భుతమైన చలనమది. ప్రజారాసుల ఆర్థిక ప్రయోజనమనే పాతాళశిల పునాదిపై ఆధారపడిన ఈ చలనం చరిత్ర గమనంలో ధర్మ సంస్థాపన కోసం దృఢ సంకల్పంతో, శక్తితో తీసిన దెబ్బ. ఒక మహాజాతి మతయోధుని పాత్ర వహించి, తను చూసిన నూతన ప్రపంచ దృశ్యం పట్ల విశ్వాసంతో, ఆకలిబాధనూ యుద్ధాన్ని దిగ్బంధననూ మృత్యువునూ ముఖాముఖి ఎదుర్కొంటూ సాగిపోతుంది. తనకు అక్కరకురాని నాయకులను తన దారి నుండి పక్కకు నెట్టివేసి, తన అవసరాలనూ, ఆశయాలనూ తీర్చే నాయకులను అనుసరించుతూ అది సూటిగా నిబ్బరంతో పురోగమించుతుంది.

ప్రజారాశుల చేతుల్లోనే - వారి క్రమశిక్షణ, భక్తి శ్రద్ధలలోనే - వుంది రష్యన్ విప్లవ భవితవ్యం. అదృష్టదేవత నిజంగా వారిని ఎంతో దయగా చూసింది. దూరదృష్టి ఉక్కు సంకల్పమూ గల వ్యక్తిని, అపార వైదుష్యంతో, భయమెరుగని కార్యశూరతతో

సంపన్నుడైన పురుషుని ఉన్నతోన్నత ఆదర్శాలతో కఠినాతి కఠినమైనట్టీ, అనుభవ సిద్ధమైనట్టీ వివేకంతో కూడిన పురుషుని నాయకునిగానూ, వ్యాఖ్యాతగానూ వారికి ప్రసాదించింది.

19. ప్రపంచంలోకెల్ల గొప్పదైన పూర్వ మందిరం

పధ్నాలుగేళ్ళ క్రితం నేను అమెరికాకు తిరిగి వెళ్ళిపోయేముందు, క్రెమ్లిన్‌లో వున్న ఆయన కచేరీ గదిలో దర్శించాను. అక్కడకు వెళ్ళడం నాకది తొలిసారి కాదు. ఆయనను కలుసుకునే సదవకాశము అనేక పర్యాయములు నాకు కలిగింది. ఏమంటే, విప్లవ కాలంలోని ఆ సందిగ్ధపు తుపాను రోజుల్లో సహితం ఎంతటి చిన్న విషయాన్నయినా సరే స్వల్పమైనదిగా ఆయన పరిగణించేవాడు కాదు.

రష్యన్ భాష నేర్చుకోవడం ఎలా ప్రారంభించాలో ఆయన నాకు సలహా ఇచ్చాడు. పెట్రోగ్రాడ్‌లో కవచ శకటంపై ఎక్కి నేనిచ్చిన ఉపన్యాసానికి ఆయన దుబాసిగా వుండెను కూడా. పెట్టె నిండా పెట్టెడు పుస్తకాలూ, కరపత్రాలు సేకరించడంలో ఆయన నాకెంతో సహాయం చేశాడు. నా ప్రయాణంలో ఆ పెట్టె గల్లంతై పోకుండా అన్ని విధాలా జాగ్రత్తగా చూడవలసిందని కోరుతూ సైబీరియా రైల్వే కార్మికులకు ఆయన స్వహస్తంతో ఉత్తరం రాశాడు. ఎర్రసైన్యంలో చేరినందుకు నన్నాయన సంతోషంతో అభినందించి, అంతర్జాతీయ దళం ఒకదానిని ఏర్పాటు చేయవలసిందిగా సూచించాడు.

ఈ విధంగా చాలాసార్లు నేను లెనిన్ కచేరీ గది పూర్వమందిరంలో వుండడం తటస్థించింది. ఆ పూర్వ మందిరంలో ఆ రోజుల్లోనే కాదు, ఎల్లప్పుడునూ ప్రముఖ వ్యక్తులు అనేకులు - దౌత్య ప్రతినిధులూ, ఆఫీసర్లు, పాత బూర్జువా వర్గపు ఉద్యోగులు, పత్రికా విలేకరులూ - ఆయన దర్శనం కోసమని కాచుకుని వుండేవారు. వీరందరినే కాదు, కమ్యూనిజానికి బద్ధ శత్రువులను సహితమూ లెనిన్ నిష్కపటంతో ఆదరించేవాడు. ఆయనతో ఆ రోజుల్లో సంప్రదింపులు జరుపుతున్న ఇంగ్లండు దేశస్తుడొకడు, ఆయన అపూర్వ నిష్పాపట్యంపై వ్యాఖ్యానిస్తూ తన బద్ధ శత్రువుల పట్ల ఆయన వైఖరి ఈ మోస్తరుగా వుంటుందంటారు. “వ్యక్తిగతంగా మీమీద నాకు ఏమీ లేదు. కాని రాజకీయంగా మీరు నా శత్రువులు. అందుచేత మిమ్మల్ని నాశనం చేసేందుకు నాకు దొరికే ప్రతి ఆయుధాన్ని నేను ఉపయోగించి తీరాల్సిందే. మీ ప్రభుత్వమూ నా మీద ఇలాగే చేస్తుంది. ఇది అర్థం చేసుకున్న తరువాత, మనకి ఎంతవరకూ పొసుగుతుందో ఇహ చూదాం.”

వ్యక్తిగతంగా లెనిన్‌కు ఇటువంటి సంబంధాలు ఏమాత్రం సంతోషమూ కల్గించి వుండేవి కావు బహుశ. అయినప్పటికీ అధికారరీత్యా తన విధి అవడంచేత, దానిని తను నిర్వర్తించేవాడు. అయితే అటువంటి భేటీలను అతడు వీలైనంత త్వరగా

నిర్వర్తించేవాడు. తన పార్టీ సహోద్యోగులు, కార్మికులు, కర్షకులూ - వీరితోనే స్వభావసిద్ధంగా అతడు తన కాలం గడిపేందుకు ఇష్టపడేవాడు. తన కాలాన్ని పరిమితంగా పొదుపుగా వాడుకొనడంలో వీరితో సంప్రదింపులకే అతను ప్రధాన స్థానమిచ్చేవాడు. ఆయనను నేను కడపటిసారి దర్శించినప్పుడు ఈ విషయమే నా మనస్సులో దృఢంగా నాటుకుపోయింది.

ఆయన కచేరీ గదికి ముందున్న గదిలో - ఆ పూర్వమందిరంలో - చాలామందిమే కూర్చున్నాం, వంతులవారీ ఆయన దర్శనం చేసుకుందుకని. మరి, ఆ రోజున మేము ఆయన కోసం చాలాసేపు కాచుకుని కూచోవలసి వచ్చింది. ఇది చాలా అరుదుగా జరిగే విషయం. ముందుగానే ఏర్పాటుచేసుకున్న వేళకు కచ్చితంగా భేటీదార్లను తను గదిలో కలుసుకోవడం ఆయనకు పరిపాటి. అతి ముఖ్యమైన రాచకార్యమేదో అడ్డువచ్చి వుంటుందనీ, అతి ముఖ్యుడైన హేమాహేమీ ఎవడో ఆయనతో భేటీ సాగించుతూ ఆయనకు నిలువరించడమే ఇందుకు కారణమని మేం అనుకున్నాం. అరగంటైంది, గంటైంది. గంటన్నరైంది. మేమలా చికాకుపడిపోతూ ముళ్లమీద కూచున్నట్టు కూచున్నాం. ఈ లోపున అవతల తలుపుమూసి వున్న కచేరీ గదిలో నుంచి ఆ అగంతుకుని అస్పష్టపు గొంతు విధి విరామం లేకుండా బొంయ్ మని అలా చప్పుడవుతూనే వుంది. లెనిన్ దర్శనమిచ్చి ఇంత సుదీర్ఘంగా ఈ వ్యక్తితో తాను సంప్రదించడానికి ఈ రాయబారి ఎవడై వుంటాడా అని మాలో మేం ప్రశ్నించుకున్నాం. చిట్టచివరకి కచేరీ గది తలుపు తెరచుకుని, గదిలోనుంచి బయటికొచ్చాడు వ్యక్తి - అతగాడిని చూసి పూర్వమందిరంలో వున్న మేమందరం అత్యంత ఆశ్చర్యపోయాము. ఆ వ్యక్తి ఆఫీసరూ కాదు, దౌత్య తంత్రజ్ఞుడూ కాదు. ఏ హేమాహేమీ కాదు - గొర్రెబొచ్చు ఓవర్ కోటు వేసుకుని, నారజోళ్లు తొడుక్కొని, గెడ్డాల బూచిలా వున్న చింపిరిజుట్టు రైతు. సోవియట్ దేశమంతటా లక్షల మీదనూ ఎదురయే అచ్చమైన పేదరైతుల్లో ఒక పేద రైతు.

"క్షమించండి" అన్నాడు లెనిన్, ఆయన గదిలో నేను కాలు పెట్టడంతో. "అతడు తంబోవ్ నగరం నుండి వచ్చిన రైతు. విద్యుదీకరణమూ, సమష్టీకరణమూ, నూతన ఆర్థిక విధానమూ గురించి అతడి అభిప్రాయాలేమిటో తెలుసుకోవాలనుకున్నాను. అతను చెప్పినది. ఎంతో ఆసక్తిదాయకంగా వుందేమో, వేళ సంగతి పూర్తిగా మరచిపోయాను" అన్నాడాయన.

యూనివర్సిటీ చదువూ, దేశాంతర పర్యటనలూ, తను రచించిన అనేక గ్రంథ సంపుటాలు - వీటన్నిటి ఫలితంగా సిద్ధాంతంలో అయితే ఏమి, విజ్ఞానంలో అయితే ఏమి, ఈ పల్లెటూరి రైతు కన్నా ఆయన అధికమే. అయిప్పటికీ, అటు చూచినట్టయితే,

నికృష్ట జీవితమూ రెక్కలు విరిగిపోయే కాయకష్టమూ - ఈ కఠిన పాఠశాలలో చదువుకున్న పల్లెటూరి రైతు స్వానుభవంవల్ల ఎన్నో సంగతులు ఎరుగును. ధాత్రిభూతమైన జ్ఞానం అతనిలో వుంది. మరి అందుకని అతడెరిగిన విషయాలను తెలుసుకోవాలని ఆత్రపడ్డాడు లెనిన్. నిజమైన మహనీయులందరిలాగానే ఈయన కూడా, ఎంతటి నిరక్షరకుక్షి నుండి సహితమూ తాను నేర్చుకోగల్గేది ఏదో కొంత వుంటుందని గ్రహించగల్గేంతటి వినమ్రుడు. ఈ విధంగా అత్యంత వైవిధ్యములైన స్థలాల నుండి, ఏ మారుమూలనో వున్న రకరకాల ప్రజల నుండి ఈయనకి సమాచారం చేరుతూండేది. తను సేకరించిన వేలాది వాస్తవ విషయాలను అతడు జాగ్రత్తగా విలువకట్టి, తరచి, విశ్లేషించేవాడు. ఇందువల్ల తన శత్రువులకంటే ఈయన మెరుగైన స్థితిలో వుండేవాడు. వారు పన్నిన వ్యూహానికి ప్రతివ్యూహం పన్ని, వారు వేసిన ఎత్తుకి పై ఎత్తువేసి వారిని ఓడించగలే శక్తి వుండేదీయనకి. సైబీరియా రైతు, ఎర్రసైనికుడు, దోన్ కొస్సాక్ - వీరి గురించీ, వీరి వైఖరి గురించీ ఊహించి ఉజ్జాయింపు మీద తెలుసుకోవలసిన అగత్యం వుండేది కాదు. ఆయనకు లెనిన్ గ్రాడ్ ఫ్యాక్టరీలో మూనలు తయారుచేసే కార్మికుడూ, వోల్గా నది మీద తొట్టి పడవవాడూ, మాస్కోలో రోజు కూలీకి పనిచేసే దాసీ మనిషి - వీరి ఆలోచనలూ, ఆవేదనలూ ఆయనికి తెలియని రహస్యాలేవీ కావు. వీరితో తను స్వయంగా మాట్లాడేవాడు, లేదా వీరితో ఆ క్షణమే మాట్లాడివచ్చినట్టి విశ్వాసపాత్రుడైన ఏ మిత్రునితోనో తను మాట్లాడేవాడు.

వీరందరూ ఆయనకు చెప్పగల్గేది కొంత వుంది వారి దగ్గర. ఆయన వీరిని ఆహ్వానించి ఆదరించి తన దగ్గరకు రప్పించేందుకు తను ఎల్లప్పుడూ సిద్ధంగా వుండడానికి ఇదొక కారణం. ఇక రెండవ కారణం : వారికి ఆయన చెప్పేదీ - విప్లవం యొక్క సామాజిక శక్తులను గురించీ, విప్లవం యొక్క వ్యూహం గురించి ఆయనకున్న విజ్ఞానం - కొంత వుంది, ఇంకొక కారణం, అన్నింటికంటెను శక్తివంతమైన కారణం : ఆయనకి వారిమీద వుండే ఇష్టం - మౌలికంగా వారిమీద ఆయనకు ప్రేమ, అభిమానమూ, పెట్టుబడిదారీ విధానపు పరాన్నభుక్కులూ తాబేదార్లూ, దళారీలూ, చట్టా వ్యాపారులూ, డబ్బుతో తక్కిడి బిక్కిడి తారుమారు హస్తలాఘనమూ చేసే గారడీ వాళ్లూ - వీరిపట్ల లెనిన్‌కి ఏ విధంగానైతే అదొక చిత్రమైన అసహ్యం పుట్టుకొచ్చేదో, సరిగా అలాగే, సంపదను ఉత్పత్తి చేసే వారి పట్ల - రాక్షస బొగ్గు, ఖనిజాలు రాతిగనుల కార్మికులూ, పొలాల్లోనూ, అడవుల్లోనూ కష్టపడేవాళ్ళ పట్ల - ఆయనకొక చిత్రమైన అభిమానం పుట్టుకొచ్చేది.

తంబోస్ నుండి వచ్చిన ఆ ఒక్క రైతునే కాదు, ఎన్ని కోట్ల మంది రైతులున్నారో అన్ని కోట్లమంది రైతులను కలుసుకునేందుకు పధ్నాలుగేళ్ల కిందటే ఆయన సిద్ధంగా వుండేవాడు. అది గనుక సాధ్యమై వుంటే, ప్రపంచంలో వున్న అందరి కార్మికులు, కర్షకులూ ఒక ప్రవాహంలా తన కచేరి గదిలోకి వచ్చివుంటే వారినందరినీ ఎంతో సంతోషంతో ఆయన ఆహ్వానించి, వుండేవారు.

ఈ రోజు నేను లెనిన్ ముసోలియం సందర్శించి ఉండగా అతడు అచ్చంగా ఇప్పుడు కూడా ప్రజలకు దర్శనమిస్తున్నాడనే భావం తటాలున నా మనసులో మెరసింది. మాస్కో పట్టణ ప్రజలను, సోవియట్ యూనియన్ ప్రజలను, సర్వ ప్రపంచ ప్రజలనూ తన దగ్గరకు ఆహ్వానించి దర్శనమిప్పిస్తున్నాడాయన. పధ్నాలుగేళ్ల కిందట, అనాటి ఆహ్వానం లాగానే వుంది ఈ ఆహ్వానం కూడా. నిజమే, నేడు లెనిన్ తన అగంతుకులకు ఏ భవనంలోనైతే దర్శనమిప్పిస్తున్నాడో ఆ భవనం నలుపు బూడిద, కారెరుపు రంగుల కణశిలతో నిర్మించబడి, మరింత గంభీరంగానూ, మరింత అద్భుతంగానూ వుంది. అతనిని వంతుల వారీగా దర్శించేందుకై ప్రజలు కాచుకున్న ఆ పూర్వమందిరం మరింత బ్రహ్మాండమైనదనే విషయం కూడా నిజమే – ఈనాడు ఆ పూర్వమందిరం, బురుజులతో శోభిల్లుతున్న క్రెమ్లిన్ కుడ్యాన్ని వెనుకదన్నుగానూ, ఇంటర్నేషనల్ గీతాన్ని గానం చేస్తున్న స్పాస్కి శిఖరాన్నీ, విప్లవ వీరుల సమాధులనూ – ఇరుపక్కల అండగానూ కలిగివున్న రెడ్ స్క్వేర్.

ఇది ప్రపంచంలో కెల్ల గొప్పదైన పూర్వ మందిరం. ఇక లెనిన్ దర్శనార్థం తరుణం కోసం వేచివున్న ప్రజల సంఖ్య కూడా అప్పటికంటే ఇప్పుడు నూరు రెట్లు, వెయ్యి రెట్లు అధికం. ఈ విషయాలలో నేటికీ పధ్నాలుగేళ్ళ నాటికీ భేదం వుంది.

కాని ఒక విషయంలో – అన్నిటికంటెనూ ముఖ్యమైనట్టీ, మౌలికమైనట్టీ విషయంలో మాత్రం, నాడూ నేడూ ఒక్క మోస్తరుగానే వుంది. అదేమిటంటే : లోపలికి వెళ్ళి లెనిన్ని దర్శించే అవకాశం కోసం ఆనాడు కాచుకుని వుండిన ప్రజలు, ఈనాడు కాచుకుని వున్న ప్రజలూ ఒక్కటే. బ్రహ్మాండమైన పంక్తిలో నుంచున్నవారు చాలామటుకు కార్మికులూ, కర్షకులే – ఏ ప్రజలను లెనిన్ అభిమానించాడో ఆ ప్రజలే సోషలిజాన్ని నిర్మించేందుకై ఎవరి శక్తి, స్వేదము, భక్తి పైన అతడు ఆధారపడ్డాడో ఆ ప్రజలే. అంతకంతకు మరింత త్వరితగతిని పెరుగుతున్నట్టి ఆ బ్రహ్మాండమైన జంట వరుసలో వున్నవారందరు ఇంచుమించు నూటికి నూరుపాళ్ళూ వీరే. ముసోలియం తెరిచే వేళకు – మధ్యాహ్నం రెండు గంటలకు – ఇంకా ఎంతో ముందుగానే ఈ క్యూ. ఆ చతురస్ర ప్రాంగణపు నేలపైన ముందుకూ వెనకకూ మెలికలు చుట్టుకుంటూ ముసోలియం నుండి ఒక మైలు పై చిలుకు పొడుగున విస్తరించి వుంది.

ఇక్కడున్న వారిలో కొద్దిమంది గొప్ప కోసమే వచ్చి వుంటారన్నది నిజమే. తాము లెనిన్ని యధార్థంగా చూశామని తమ స్నేహితుల ముందర గొప్పలు చెప్పుకుందామనే వారు ఆశిస్తారు. మరికొందరు కేవలం జిజ్ఞాసతో వచ్చారన్న మాట కూడా నిజమే. ఎవరి పేరైతే తమకు సింహస్వప్నమై. తమ పాలిటి పీడకలలై తమని బాధించుతూ, ప్రపంచంలోని సామ్రాజ్యవాదులకూ, అభివృద్ధి నిరోధకులకూ గుండెల మీద కుంపట్లా కూర్చుని నిద్రాభంగం కల్గించుతూందో ఆ మనిషిని రక్తమాంసాలలో చూద్దామని వాంఛతో వున్న అనేకులు బూర్జువాలూ, విదేశీయులే. కాని బ్రహ్మాండమైన ఈ క్యూలో వీరి సంఖ్య ఎంత స్వల్పమంటే అసలు వీరు లెక్కలోకి రానే రారన్నమాట. ఏ కొద్దిమందో తప్ప, కడమ వారందరు తమ నాయకుని పట్ల తమకున్న గౌరవమూ, భక్తి, ప్రేమ పురస్సరంగా ఇక్కడకు వచ్చినవారే. ఈ కటిక చలికాలంలో ఇంతసేపు ఇక్కడిలా నుంచుని వున్నారంటే ఈ భావాలు ఎంతో యధార్థములూ మనఃపూర్వకములూ అయివుండాలి.

ఈ క్యూ అంచు వెంటే నడిచాను. మధ్య మధ్య అగి : "మీది ఏ వూరండీ?" "ఏం పని చేస్తారు?" "ఎందుకొచ్చారు. "లెనిన్ గురించి మీరు మొట్టమొదటగా ఎప్పుడు విన్నారు?" – అని వారినీ వీరిని అడిగాను.

ఆ పక్కనే నుంచున్నట్టి బురియాత్ జాతికి చెందిన వ్యక్తికిది కాస్త చిన్నతనమని పించింది. 1920 వరకూ లెనిన్ గురించి తను వినలేదని అతడు ఒప్పుకోవలసి వచ్చింది. మరి. కాని ఈనాడు ప్రతి బూరియత్ ఇంట్లోనూ లెనిన్ బొమ్మ వుందనీ, క్రితం చలికాలం బ్రహ్మాండమైన లెనిన్ విగ్రహాన్ని తాము మంచుతో మలిచామనీ అతడు చెప్పాడు. తన స్వగ్రామం వున్న సుదూర ఉత్తరాన శీతాకాలం ఎంత ఉధృతంగానూ, ఎంత దీర్ఘంగానూ వుంటుందంటే, మాస్కో శీతోష్ణస్థితి తనకు ఇంచుమించు ఉష్ణదేశాల శీతోష్ణ పరిస్థితిలాగానే వున్నట్టు అనిపించిందతనికి. ఈ విషయమై ఇంచుమించు ఫిర్యాదు చేయడం కూడా మొదలు పెట్టాడతడు.

ఇందుకు వ్యతిరేకంగా, వ్లదీమిర్ నగరం నుండి వచ్చిన సమిష్టి క్షేత్ర దళ నాయకుడు తన సమిష్టి క్షేత్రం వర్ధిల్లదానికి బదులు తీసికట్టుగా వుందని చెప్పుకున్నాడు. ఆలుగడ్డ పంటను ఇంకా తవ్వి ఏరలేదనీ, గడ్డలు నేలలో వుండిపోయి నాశనమై పోతున్నాయనీ, ఓట్స్ ధాన్యం ఇంకా మార్చనే లేదనీ, కట్టలో వున్న గింజ అప్పుడే మొలకెత్తుతూందనీ ఘోషపెట్టాడు. అయినప్పటికి తను లెనిన్ని ఒక్కసారి చూసి వెళ్ళితే తనకు నిబ్బరం కల్గి, మళ్లీ నడుము బిగించి పనిచేయగల్గుతాననీ అన్నాడు.

మిహాయిల్ ఇవానొవిచ్ ఒర్‌లోవ్ ఇంకొక సమిష్టి క్షేత్ర వ్యవసాయదారుడు. ఇతడిది స్మొలేన్‌స్క్ ప్రాంతం. వెనుకటి రోజుల్లో ఎర్రసైనికుడు ఇతడు అనేక పర్యాయాలు

క్రెమ్లిన్‌కి వెళ్తూండటంలో దూరం నుండి లెనిన్ని చూడడం తటస్థించింది. అంతా పధ్నాలుగేళ్ల కిందటి మాట. అప్పటినుంచి ఇప్పటివరకూ తాను మాస్కో రావడం పడనే లేదు. తను అన్ని ప్రధాన యుద్ధ శ్రేణులలోనూ పోరాడాడు. ఒక్కొక్కప్పుడు నాలుగు రోజుల పాటు కేవలం పచ్చి ఆలుగడ్డల మీదనే బతికాడు. ఒకసారి ఫిరంగిగుండు పేలుడుకి బ్రహ్మాండంగా లేచిన మట్టి కింద పూర్తిగా కప్పబడిపోయాడు. ఆ తరువాత సూటిగా యుద్ధ శ్రేణి నుంచి వచ్చి స్థానిక సోవియట్ కార్యకలాపంలో నిమగ్నుడయాడు.

లెనిన్ని కలుసుకోవడానికని వీరందరూ సోవియట్ యూనియన్ మారుమూలల నుండి, ప్రపంచం చిట్టచివరల నుండి ఈ తావుకి వస్తున్నారు. ఇదిగో, ఇతడొక అమెరికన్ నావికుడు - సప్తసముద్రాలు దాటాడు. అటు తరువాత రేవులో సామాన్లు మోసే కూలీగా పనిచేసే శాన్‌ఫ్రాన్సిస్కో డాక్స్‌లో తన యూనియన్ కోసం సుదీర్ఘం పోరాటం సాగించారు. ఇదిగో, ఇతడు జర్మన్ భాషలో అనువదించబడిన అన్ని లెనిన్ రచనలనూ చదివాడు. ఇదిగో, ఇతడు సైబీరియా మహారణ్యాలలో రెడ్ గెరిల్లాలతో కలిసి యుద్ధం చేసిన ఒక చైనీయ సైనికుడు.

చలికాపు దుస్తులలో బూడిద వర్ణంగా, అనాకర్షితంగా జడంగా పైకి అవుపడుతున్న ఈ క్యూలో కృషి, యుద్ధం, గొప్ప సాహసకృత్యాలూ గురించి పదులూ పాతికలే కాదు, వందల కొద్దీ కథలున్నాయి. ఈ కథలు ఎంత చిత్రోపంగానూ, ఆకర్షణీయంగానూ వుంటాయంటే, క్యూ పొడుగునా త్వరత్వరగా సాగివెళ్లడం ఎంతో కష్టమైంది.

వోల్గ నది పడవల మీద కళాసీగా వుంటూండిన ఈ మనిషి అనాటి సిమ్‌బీర్స్క్‌లో ఉల్యానొవ్ కుటుంబం కాపురముండిన ఇంటికి ముప్పై మైళ్ల దూరంలోనే వుంటూండేవాడు.

తను ఇరుగు పొరుగు వారు ఉల్యానోవ్ కుటుంబం గురించి చెప్పుకోవడం ఇతడు తన యావజ్జీవమూ వింటూనే వున్నాడు : ఉల్యానోవ్ కుటుంబం అంతటిలోనూ మహామహుడైన వ్యక్తిని దర్శించే భాగ్యం ఇతనికీనాడు కల్గుతుంది. మరి, ఇతడేమో, చాలా చిన్నవాడు అతి ఉత్సాహవంతుడూ అయిన కోమ్ సొమోల్ - తనకు దొరికిన ప్రతి అవకాశాన్నీ సద్వినియోగం చేసుకుంటూ, సమిష్టికరణమూ ఇత్యాది విషయాలపై లెనిన్ సూక్తులను వీరందరికీ వినిపించుతున్నాడు. నారజోళ్లు తొడుక్కుని, జడలు కట్టిన గొర్రె బొచ్చుకోటు వేసుకున్న ఈ మనిషి ఒక పల్లెటూరి రైతు - పధ్నాలుగేళ్ల కిందట లెనిన్ కచేరీ గదిలో అగుపడిన ఆ తంబోవ్ రైతుకి అచ్చమైన నమూనాయే ఇతడు మళ్లీనీ. సమేతంగా వచ్చిన ఈ ర్యజాన్ కాపురస్తుడు ఇది రెండవసారి లెనిన్ని దర్శించడం. అదిగో, నీజ్ని నోవ్‌గొరొద్ నుండి వచ్చిన ఆ ఇద్దరు షాక్ బ్రిగేడ్* సభ్యులకు మాత్రం ఇది తొలిసారి. తుర్కెస్తాన్ నుంచి వచ్చిన ఆ సామాన్లు మోసే పోర్టర్ల బృందానికి కూడా ఇది

తొలిసారే. కాని – ప్రపంచం నలుమూలల నుండి వీరు ఇక్కడకు చేరుకున్నారనే సంగతి అటుండనిచ్చి, అంతకంటేనూ గొప్ప విశేషమేమిటంటే – వీరు మాస్కోలో కాలుపెట్టిన ఉత్తర క్షణమే ముక్కుసూటిగా మసోలియంకే వచ్చేయడం. అయినప్పటికీ మసోలియంలోకి మొట్టమొదట అడుగుపెట్టే అవకాశం వీరికి దక్కదు. అది చిన్నపిల్లలకే దక్కుతుంది.

స్కూళ్లకి సెలవు రోజులివి. అందుచేత వేలకి వేలూ స్కూలు పిల్లలు ఇక్కడికొచ్చారు. వారు పట్టుకున్న పతాకాలు ఎంత ఎరుపుగా వున్నాయో అంత ఎరుపుగానూ వారి చెక్కిళ్ళు జేవురించాయి.

"పిల్లల్ని మీరే అడగండి!" అన్నారు సగర్వంగానూ, నిబ్బరంగానూ, న్యాయంగానే "వీరికి లెనిన్ గురించి ఏమిటి తెలుసును?" అని వారి ఉపాధ్యాయులను అడిగాను. కూడానూ, ఏమంటే ఆ పిల్లలు కొన్ని వారాలుగా లెనిన్ గురించి అధ్యయనం చేస్తున్నారు. లెనిన్ గురించే వారు చదివి, రాసి, నేర్చుకున్న పాఠాలన్నిటికీ మకుటంగా – ఈ రోజున వారు లెనిన్ని స్వయంగా చూస్తారు మరి. మసోలియం తెరిచే వేళకి ఎంతో ముందుగానే ఆ కంచు ద్వారాలు తెరచుకున్నాయి. అందులో పిల్లలు వెళ్లడం చూస్తూ ఒక గంట సేపు మేం అలా నిలబడతాం.

అప్పుడిక మావంతు, వరుసకి ఇద్దరిద్దరేసి చొప్పున మసోలియం మెట్లు ఎక్కుతూ జనసందోహం కదులుతుంది. టోపీలు తీసివేసి సద్దుచేయకుండా ఇరవై నాలుగు మెట్లు దిగి మసక మసకగా దీపాలు వెలుగుతున్న ఆ లోపలికి వెళ్తాం, కణశిలా నిర్మితమైన మందిరంలోకి అక్కడ పడుకునున్న వ్యక్తిలాగానే అనలంకృతమై సరళమైన ఆ మందిరంలోకి వెళ్తాం. ఒక్క క్షణమైనా ఆగకుండా ఆ పంక్తి అలా నడుస్తూనే వుంటుంది. ఆ పంక్తి ఆ పేటిక పక్కనుండే కేవలమూ వెళ్లిపోవడం కాదు – మూడు మెట్లు ఎక్కి కొద్దిగా ఎత్తుగా వున్న వేదికలే అమర్చిన ఆ పేటిక చుట్టూ ఇంచుమించు ఒక పూర్తి ప్రదక్షణం చేస్తుంది. అలా ప్రదక్షణం చేస్తూన్నప్పుడు, తమ నాయకుని ముఖాన్ని సుదీర్ఘంగా తదేకంగా సరాసరి గమనించే అవకాశం ప్రతి ఒక్కరికీ దొరుకుతుంది. ఆ తరువాత, కుడిచేతి వైపు తిరిగి, వాయువ్య ద్వారానికి దారితీసే మెట్లు ఎక్కి రెడ్ స్క్వేర్‌లోకి బయటికొస్తాం.

నేను బయటికొచ్చేసి, కదమ వారందరూ మెట్లెక్కి, బయటికి రావడం చూస్తూ నిలబడతాను. సమాధి మందిరంలో నుంచి విచారగ్రస్తులై విషాదవదనాలతో వున్న దుఃఖితులలా వారెవ్వరూ బయటికి రావడం లేదు. అందుకు బదులు, తాము అంతవరకూ మోస్తున్న బరువును అక్కడ దింపుకొని, దానినక్కడ దిగ విడిచేసినట్టుగా, ఒక నూతన

---

* షాక్ బ్రిగేడ్లు – గొప్ప కార్యదీక్షతోనూ, దక్షతతోనూ పనిచేసి అధికోత్పత్తిని సాధించేందుకు కంకణం కట్టుకున్నట్టి కార్మికుల దళాలు.

సంకల్పంతో తమ ముఖాలపై - ముఖాలపైనే కాదు, పెదవుల పైన కూడానూ - సౌఖ్యాన్ని, ఉల్లాసాన్ని స్ఫురింపజేసే భావ ముద్రలతో వారు బయటికి వస్తారు.

"అదేమిటో గాని, ఆయన్ని చూసిన తరువాత గుండె మునపటంత బరువుగా లేదు సుమండి" అంది నాతో ఆ ర్యజాన్ ఇల్లాలు, తన మనస్సులోని మాట చెబుతూనూ...

"పదేళ్ల కిందట నేను చూసినప్పుడు కూడా ఇంచుమించు ఇలాగే వున్నాడు అచ్చంగానూ." అంటాడు స్మొలేన్స్క్ ప్రాంతం నుంచి వచ్చిన సమిష్టి క్షేత్ర వ్యవసాయదారుడు, "ఓ చిన్న కునుకు తీస్తూన్నట్టూ, ఏ క్షణమైనా మెలకువ తెచ్చుకుని మనతో మాట్లాడబోయేటట్లు అగుపించాడాయన."

"లెనిన్ రచనలన్నింటినీ వెంటనే కొనేస్తా. కొనేసి ఈ చలికాలంలోనే వాటిని చదవడం, మొదలు పెడతా" అంటాడు ఆ కొమ్ సొమోల్ యువకుడు దృఢంగా.

ఇద్దరు ముసలాళ్లు - లెనిన్ భావాల విజయం కోసమని అంతర్యుద్ధంలో ఒకతను ఓ చేయి బలి ఇచ్చేశాడు, రెండో అతను ఓ కాలు బలి ఇచ్చేశాడు - కంట నీరు నింపుకొన్నారు. కాని జనసందోహంలో చాలా కొద్దిమందే వికలాంగులు, నెరసిన జుట్టు వారూ, వయోవృద్ధులూను. అత్యధిక సంఖ్యాకులు బలిష్ఠులు, యువకులు, తెగువరులూనూ - లెనిన్ భావాల కోసం ప్రస్తుతం పోరాడుతున్నవారు.

లెనిన్ని ఒకసారి చూడ్డంతో తృప్తి పొందనివారు కొందరు తొందర తొందరగా మళ్లీ క్యూలో చేరుతున్నారు. ఈ క్యూ అనంతంగా, దాని నిక్షేపాలు అక్షయంగా వున్నట్టుంది. దివంగతుడైన తమ నాయకుని పట్ల భక్తి విశ్వాసాలు ప్రకటించుతూ నూతన ప్రతిజ్ఞ పట్టేందుకూ, నూతన పోరాటానికై ఆయన నుండి ఉత్తేజం పొందేందుకూ మాస్కో ఆఫీసుల నుండీ, ఫ్యాక్టరీలూ, వర్కుషాపుల నుండీ, సోవియట్ దేశాలలోని పర్వతాల నుండీ, గనుల నుండీ, దూరాతి దూరపు సైన్ మైదానం నుండీ, గ్రామాల నుండీ, భూగోళపు సర్వ దిశల నుండీ వచ్చి చేరిన కొత్త అగంతుకులతో ఈ క్యూ ఎప్పటికప్పుడు నూతన జీవం పుంజుకుంటుంది.

- 1932

www.ingramcontent.com/pod-product-compliance
Lightning Source LLC
LaVergne TN
LVHW092000210825
819277LV00035B/405